நச்சுக்கோப்பை

கலைஞர் மு. கருணாநிதி

Title: Nachu Koppai

Author: M. Karunanidhi

Language: Tamil

First Published on: 1952

Year of Publication: 2025

Book Format: Paperback

*Page Size: 6inch * 9inch*

Category: Fiction

Subject: Drama

No. of pages: 74

ISBN: 978-81-997774-3-9

Published by: Nilan Publishers, Madurai, Tamilnadu, India

பொருளடக்கம்

குறிப்புகளுக்காக

ஒரு துளி

நான் எழுத ஆசைப்பட்டேன் எழுத ஆரம்பித்தேன். என் முதல் எழுத்துத் தான் இந்த "நச்சுக் கோப்பை "நாடகம். வேலூர் திராவிடன் பதிப்பாக நண்பர்கிருட்டினன் இதையும் வெளியிட வேண்டுமென்றார். அவர் பிடிவாதம் வெற்றிப் பெற்றது. அதுதான் இந்த ஏடு. நீண்ட நாட்கள் - ஏன்! எட்டு ஆண்டுகள் உருண்டுவிட்டன இதை எழுதி! உங்கள் அன்புக்கரங்களுக்கு நச்சுக்கோப்பையல்ல; நல்ல கருத்துக்கள் படையலாகட்டும்.

திருவாரூர்
27-1-51

அன்பன்,

மு. கருணாநிதி.

பதிப்புரை

இந்நாட்டு தமிழ்ப்பெரு மக்களுக்கு எழிலும், சுவையும் மிகுந்த இன்பந்தரும் கதைகளும், கட்டுரைகளும் அளித்த மு. கருணாநிதி இந்நாடகத்தையும். தந்துள்ளார்!. அவர் வாழ்க!

"நச்சுக்கோப்பையில்' சொற் சுவையும் கருத்துச் சுவையும் பூத்துக் குலுங்குகிறது.

இன்னும், இந்த நல்லதொரு நாடகத்தை வெளியிட்டுக் கொள்ள உரிமையளித்த தோழர். மு. கருணாநிதி அவர்கட்கு எங்களுடைய மனமுவந்த நன்றியைத் தெரிவித்துக் கொள்கிறோம்.

என்றுமுங்கள்,

திராவிடன் பதிப்பகம்

கதையில் வருபவர்கள்

* சாந்தா

*மீனாட்சி

*ஏகாம்பரம்

* பழனியப்பன்

*சிவகுரு

*அழகப்பன்

*மணியப்ப முதலியார்

* ஆதிகேசவலு முதலியார்

*அய்யர்

* வைசிஷ்யன்

* ஜம்பு

* கணபதி

*கந்தன்

கருப்பன்

*நெடுமாரன்

*தொண்டி

* இன்ஸ்பெக்டர்

* தந்திபியூன்

*போலீஸ்காரர்கள்

* சாமியார்

நச்சுக்கோப்பை

சீன். 1.

இடம் *: நந்தவனம்*

ஏகரம்பரம் நிலாவைப் பற்றிப் பாடுதல்.

சாந்தா கண்ணைப் பொத்தல்.

(பாட்டு: வானில்...)

சாநொ *: என்ன, நிலவின் அழகிலே உள்ளத்தைப் பறி கொடுத்து விட்டாப் போலிருக்கிறதே!*

ஏகா *: ஆமாம், நீ இல்லையே என்ற காரணத்தால் தான்!*

சாநொ *: உங்களுக்கு மட்டும் இந்தப் பேச்சில்லா விட்டால்......?*

ஏகா *: உன்னிடமிருந்து தப்பித்துவிட முடியாது. ஏன்? அப்படித்தானே!*

சாநொ *: என்னைத்தான் உங்கள் பேச்சால் ஏமாற்ற முடியும்.*

ஏகா *: ஏன், இன்னும் எத்தனை பேரை ஏமாற்ற வேண்டும்?*

சாநொ : *சற்று எங்க அப்பாவை ஏமாற்றிப் பாருங்களேன், பார்க்கலாம்.*

ஏகா *: நாம் இருவரும் இங்கு தனியாக இருப்பது உங்க அப்பாவை ஏமாற்றிய பலன் தானே!*

சாநொ *: ஆமாம், நேற்று அப்பா ஏதாவது தங்களைக் கேட்டாரா?*

ஏகா *: இல்லையே. ஆனால், நம் விஷயத்தில் சற்று முன் ஜாக்கிரதையாகவே இருந்து வருகிறார்.*

சாநொ : உங்களுடைய வெள்ளை வேஷ்டியும்,சட்டை யும் அவரது கண்ணை உறுத்துகின்றன.

ஏகா : 'கந்தையானாலும் கசக்கிக் கட்டு' என்பதை அவரிடம் கூறுவதுதானே, சாந்தா! ஐயோ மூளையே!

சாநொ : அந்த மூளையைச் சூளையில் தான் வைக்க வேண்டும்!

ஏகா : தந்தையைத் தூற்றலாமா?

சாநொ : தகுந்ததைப் பேசினால்தானே போற்றலாம்!

ஏகா : நீயும் உன் அண்ணன் பழனியப்பனும் உன் தந்தைக்கு நேர் மாறாகப் பிறந்தீர்களே, அதுதான் ஆச்சர்யம்!

சாநொ : ஆமாம், உங்கப்பா இளமையில் இம்மாதிரி காதல் பாடம் படித்தாரா?

ஏகா : சாந்தா! உண்மை. அப்பா படிக்காமல் இருந்திருக்கலாம். ஆனால், அவரது முன்னோர்கள் காதலின் தன்மையை உணர்ந்திருந்தனர். 'காதலுக்கும் கடவுளுக்கும் வேறுபாடில்லை; அவை காலத்தால் அழிவதுமில்லை' என்ற உண்மை உணர்ந்து அவர்கள் வாழ்வு நடத்தினர். கடலிலே எழும் அலைபோன்றது காதல்! அதன் கொந்தளிப்பிலே சிக்கியவர் எவரும் தப்புவது இல்லை! காதல் ஆணையும் பெண்ணையும் ஒன்றாகிக் காட்டும் ஒரு வசீகரமான வானவில் பாலும் சர்க்கரையும் சேர்ந்து உண்டான சுவையை எப்படிப் பிரிக்க முடியாதோ அதே போல்தான் காதலையும் நெஞ்சையும் பிரிக்க முடியாது! அதுவும் உண்மைக் காதலாய் இருந்தால்தான், சாந்தா!

சாநொ : தாங்கள் எதையோ மறைத்துப் பேசுகிறீர்கள்.

ஏகா : இல்லை, சாந்தா! உன் உறுதியை நிலை நாட் டவே நினைப்பூட்டுகிறேன்.

சாநொ : அன்பே! எனது உறுதி ஞாபகத்தை மூட்டத் தக்க அவ்வளவு நிலையற்றதென்ற எண்ணமா தங்களுக்கு?

ஏகா : இல்லை சாந்தா. நீ காதலைப்பற்றிப் பேச்சை எடுத்ததும் எனது எண்ணம் எங்கேயோ போய்விட்டது.
வேறொன்றுமில்லை. ஏன் சாந்தா இப்படிச் சந்தேகப் படுகிறாய்?

சாநொ : ஆண்களின் பேச்சை நம்பி விடுவது அவ்வளவு சுலபமான காரியமா?

ஏகா : என்னவோ பார்ப்போமே. இன்னும் சிறிது நாள்தானே இருக்கிறது. இந்த ஏழை ஏகாம்பரத்திற்கு இந்தக் கனி கிடைக்கிறதா இல்லையா என்பது கூடிய விரைவில் தெரிந்து விடுகிறது.

சாநொ : கனி, தானே வந்தடையும், காதல் வஞ்சக மற்றது; எவ்விடத்தும் சமத்துவம் பாராட்டக் கூடியது. உயர்வு தாழ்வு அதனிடம் இல்லை. வீரத்திற்கும், தியாகத்திற்கும் காதலே பிறப்பிடமென்பதை நிரூபிக்க நான் தயாராய் இருக்கிறேன்.

ஏகா : உன் தந்தையின் நினைப்பு எப்படியோ...?

சாநொ : பணத்தைத்தானே அவர் மனம் நாடும். என்னை உங்களுக்கு மனைவியாக்க ஒருபோதும் சம்மதிக்க மாட்டார்.

ஏகா : உன் அண்ணன் பழனியப்பன்...?

சாநொ : அண்ணாவைப் பற்றித்தான் கவலையே இல்லையே. எனக்காகத்தான் உயிரையும் கொடுக்கச் சம்மதிப்பாரே.

ஏகா : சாந்தா ! இதுமாதிரி அண்ணன் கிடைக்க வேண்டுமே,அதுதான் ஆச்சர்யம்!

சாநொ : அண்ணன் மட்டுமா கிடைத்தார். அன்பர் ஒருவரும் அல்லவோ கிடைத்து விட்டார்.

(பாட்டு முடிந்ததும்)

சாநொ : *சரி, நாழியாகிவிட்டது. அப்பா விழித்துக் கொண்டால் தேடுவார். நான் வரட்டுமா?*

ஏகா : *சரி, நாளை உன்னை எதிர்பார்க்கலாமா?*

சாநொ : *தேனையா வண்டு மறந்திடும்! வானத்தையா சந்திரன் மறைத்திடுவான்! வருகிறேன்.*

சீன். 2

இடம் *: மணியப்ப முதலியார் வீடு. (அய்யர், பழனியப்பன், சாந்தா வருகை)*

அப்பனே, முருகா, ஷண்முகா, வேலாயுதம், கந்த வேல் பெருமானே.

மணி *: என்ன, இன்னைக்கு வெய்யில் இவ்வளவு கடுமையாக அடிக்கிறது? அந்த அய்யரை வேறே வரச் சொன்னேன். இன்னும் வரலே. அந்த மனுஷன் எப்போதுமே அப்படித்தான். ஏதோ நல்ல காரியத்துக்கு வரச் சொன்னா, இன்னும் வரலையே. சரி, வெளியே தெருவரையாவது போய்ட்டு வரலாம்.*

(அய்யர் வருகை)

அய் *: என்ன முதலியார்வாள்! எங்கே புறப்பட்டேள்?*

மணி *: வாங்க! உங்களுக்கு ஆயுசு நூறு!*

அய் *: எமன் இளிச்சவாயனா யிருந்தால்...!*

பணி *: என்னவோ வந்திட்டிங்க-கும்பிடப்போன தெய்வம் குறுக்கே வந்தது மாதிரி!*

அய் *: ஆமாம். நீங்க கூப்பிட்டதாக வீட்டுக்கு வந்தான்னு ஆத்லே சொன்னா. அப்போதான் காரமடைக்கு ஒரு கருமாதிக்குப் போய்ட்டு வந்தேன். காலையில் வரலாமனு நினைத்தேன்.அதுக்குள்ளேயும் நம்ப லக்ஷ்மணன் தாத்தா செத்துட்டான்னு கருமாந்திரம் செய்யணும்னு ஆள் வந்தான். அதையும் முடிச்சுட்டு சற்று ஓய்வா வந்தேன். அதுல கூட பாருங்கோ, ஒரு நாம கரணத்துக்கும் கர்ண பூஷணத்துக்கும் என் மகனை அனுப்பிச்சிட்டு வந்தேன்னா, வரும்படி*

இருக்கட்டும்னா, தங்களைப்போல மனுஷாள் தானே வேண்டும்!

மணி : ஆமாம், சாமி! நான் கூட ரொம்ப நாழியா உங்களைப் பார்த்துட்டு நம்ப புண்ணிய மூர்த்தி அய்யருக்குச் சொல்லி அனுப்பிச்சேன். அவரு பிராமண போஜனத்துக்குப் போய்ட்டாருன்னு திரும்பி வந்துட்டான். சரின்னு கானும் பேசாமல் இருந்துட்டேன்.

அய் : அதிருக்கட்டும்! எதற்காக என்னைக் கூப்பிட்டேள்?

மணி : நம்ப பொண்ணு சாந்தா சாதகத்தைப் பார்க்கணும். அதுக்குத்தான் கூப்பிட்டேன்.

அய் : அவ்வளவுதானே! வேறொன்றும் இல்லையே?

மணி : ஏய்! யார்ரா அது...? அந்த வெற்றிலைப் பெட்டியை எடுத்துவாடா!

அய் : வேண்டான்னா. நான் போடுற பழக்கமில்லை. சரி, சாதகத்தை எடுத்துட்டு வாங்கோ.

*(**மணி** : உள்ளே போய்ச் சாதகத்தைக் கொண்டுரல்)*

மணி : ஏன் சாமி! பொடி போட்டிங்களா என்ன.?

அய் : ஆமாம்!

மணி : பொடி என்ன மிளகாய்ப் பொடி வாசனையா இருக்கு.

அய் : கடையிலே விக்கிற பொடி காரம் போர்றது இல்லை. அதனாலே மிளகாய்ப் பொடியே அரைச்சி நானே கலந்து கொண்டேன். *(சாதகத்தை அய்யர் பார்த்தல்)*

அய் : என்ன முதலியார்வாள்! கண்ணாடிகொண்டு வாங்க.

மணி : சாமி! அது தான் பொட்டெல்லாம் சரியா இருக்கிறதே. எதுக்குக் கண்ணாடி?

அய் : அடே! முகம் பார்க்கற கண்ணாடி அல்ல. மூக்குக் கண்ணாடியைக் கேட்டேன்.

மணி : மூக்குக் கண்ணாடியா நான் போட்ர பழக்க மில்லை. சும்மா பாருங்க.

(அய்யர் சாதகத்தைப் பார்த்தல். பழனி வரல்.)

பழ : என்ன சோதிடர்வாள்! காற்று இந்தப் பக்கம் அடிக்கிறதே.என்ன விசேஷம்?

அய் : இல்லே. குழந்தே கல்யாண விஷயமா வரச் சொன்னா.

பழ : அப்பா! கல்யாணமா ...! யாருக்கு?

மணி : என்னடா இப்படிக் கேட்கிறே? நம்ப சாந்தாவுக்குத்தான்.

பழ : சாந்தாவுக்கா? சாந்தாவை யாருக்குக் கொடுக்கப் போகிறீர்கள்?

மணி : அரியலூர் அழகப்பனுக்கு.

பழ : என்ன! அழகப்பனுக்கா! அப்பா! அழகப்பன் சம்மதிக்கலாம். நீங்களும் சம்மதிக்கலாம். ஜோசியரும், அவர் கூறும் முப்பத்து முக்கோடி தேவர்களும்,நாற்பத் தெண்ணாயிரம் ரிஷிகளும், நவக்கிரகங்களும் சம்மதிக்கலாம் ஆனால், சாந்தாவின் சம்மதம் வேண்டாமா?

மணி : ஏய் பழனி! சாந்தா என் மகள்.

பழ : என் தங்கை என்பதை நினைப்பூட்டுகிறேன்.

மணி : அவள் எனக்கு அடிமை.

பழ : அன்பிற்கு! அதிகாரத்திற்கல்ல!

மணி : இங்கு அகராதி படிக்க வேண்டாம்.

பழ : அப்படிதான் தோனறும்.

மணி : தகப்பனை எதிர்த்துப் பேசும் தருதலையே!

பழ : நிலமை அப்படி,

அய் : அப்பா பழனி ! தகப்பனார் வார்த்தையைக் கேள். பெரியவாள் சொல்வதைத் தடுக்காதே.

பழ : அய்யர் ! இது எங்கள் வீட்டு விஷயம். இதிலும் நீர் தலையிடவேண்டாம்.

அய் : சரிதான் அப்பா.

மணி : டேய் பழனி ! உனக்கு இந்தக் கலியாணத்திற்கு இஷ்டமில்லையானால் நீயும் சாந்தாவும் வீட்டை விட்டு வெளியே போங்கள்.

பழ : அப்பா ! இதுதான் உங்கள் அன்போ? சாந்தா சந்தோஷ வாழ்வு வாழ விரும்புகிறாள். தனக்குப் பிடித்த மணவாளனைத் தேடுகிறாள். என்றைக்குச் சாந்தாவின் எண்ணம் எதிர்காலத்தின் மீது பாய்ந்ததோ அன்றைக்கே எதிர்வீட்டு ஏகாம்பரத்தின் மீது அவளது விழிகள் பாய்ந்துவிட்டன. இதை நான் சொல்லவில்லை. சாந்தாவின் வார்த்தையை உம்மிடம் சொல்லுகிறேன்,அப்பா!

மணி : பழனி! என்ன வாழ்வு - புடலங்காய்! வர்ணிக்க ஆரம்பித்து விட்டாயே. சாந்தாவை இப்பொழுது கிணற்றிலா தள்ளப் போகிறேன்?

பழ : கிணற்றில் மட்டும் தள்ளவில்லை அப்பா. அவள் தலையில் கல்லையும் தூக்கிப் போடப் போகிறீர்கள். நான் சொல்வதைக் கேளுங்கள். சாந்தாவுக்குப் பிடித்த மணவாளனுக்கே மாலை சூடச் சொல்லுங்கள்.

மணி : ஏய் பழனி! யாரிடம் இந்த வார்த்தை பேசு கிறாய்! காதலாம்! அன்பாம்! வாழ்வாம்! ஏகாம்பரத்தைப் பற்றி

எனக்கு அப்பொழுதே தெரியுமே. அவர்கள் பார்த்துக் கொண்ட பார்வையும், ஜாடையும் தெரிந்து தானடா கலியாணத்திற்கு இவ்வளவு துரிதப்படுத்தினேன். கேவலம், ஒரு வெற்றிலை பாக்குக் கடைக்காரனுக்கா என் மகளைக் கொடுப்பேன்? அதிலும் ஏழ்மையிலே கெளியும் ஏகாம்பரமா சாந்தாவுக்குக் கணவன்? உண்மையிலேயே உனக்கு பயித்தியம் தானடா பிடித்திருக்கிறது.

பழ : *அப்பா! காதல் ஏழ்மையை எண்ணிப் பார்ப்பதா? எதிர்ப்புக்கு அஞ்சுவதா? அன்பிற்கு மாத்திரம் தானே அது அடிமை!*

மணி : மறுபடியும் அதையே பேசுகிறாயே.உனக்குச் சம்மதம் இல்லையானால் நானாவது வீட்டை விட்டுப் போகிறேன். நீயாவது ஆட்சியை கடத்துபோ.

பழ : கருங்கல்லைக் கரைக்க முடியுமா? கட்டாந்தரையில் பயிரிட முடியுமா? கண்ணில்லாதவனுக்கு மண்ணில் உள்ள காட்சிகளைக் காட்ட முடியுமா? முடியாது. ஆட்சியை இனி நீண்டநாள் நடத்த முடியாது. அதற்கு அழிவுகாலம் அண்மையில் வந்துவிட்டது. லாயத்திலே தள்ளி அடைக்கப்படும் குதிரைக்குக் கூடச் சிறிது களைத்திட உத்தரவு உண்டு. அது கூட இல்லையே இந்த காட்டுப் பெண்களுக்கு! இந்த நாட்டைப் பூகம்பம் அழிக்காதா? புகையும் எரிமலையும் பொங்கி வழியாதா? அப்பா நீங்கள் சாந்தாவின் வாழ்வைப் பலியிடுகிறீர்கள் என்பதை மாத்திரம் மறந்துவிடாதீர்கள். அதன் விளைவு பிறகு விபரீதமாக முடியும். இதுவே எனது வேண்டுகோள்.

(பழனி உள்ளே போதல்)

மணி : *சாமி! பார்த்திங்களா?*

அய் : பார்த்தேன், நான் மட்டுமா பார்க்கிறேன்? நீங்களும் சேர்ந்து தானே பார்க்கிறேள்!

மணி : பார்த்திங்களா? அப்போ பாருங்கோ. ஏன் சாமி, இந்த மாதிரி அநியாயம் எந்த வீட்டிலே நடக்கும்?

அய் : எங்கன்னா நடக்கும் - தங்கள் வீட்டைத் தவிர இப்படித் தண்ணி தெளிச்சி விடக்கூடாது உங்க பிள்ளைகளை. சாஸ்திரம் சொல்லுது. வேதாளம் சேருமே வெள்ளெருக்குப் பூக்குமே பாதாள மூலி படருமே -பிராமண வேஷிமனை " என்று வள்ளுவனே குறள்ல பாடிட்டான்.

மணி : ஏன் சாமி ! இம்மாதிரி நடந்தால் என் மானம் எங்கசாமி போறது.

அய் : கப்பல் ஏறி பயணம் ஏறி பயணம் போக வேண்டியது தான்.

மணி : சரிதான்.உங்களுக்குத் தெரிஞ்சா இந்த உலகத்துக்கே தெரிஞ்சமாதிரிதான்.

அய் : சே, சே,என்னை அப்படி நினைக்கிறேளே...!

மணி : என்ன,போ, சாமி! நாலு கோண எழுத்து படிச்சுட்டுதுனா காதலும் கத்தரிக்காயும் பேசுது. இதல்லாம் படிக்கவச்சது நம்ப பிசகு பாருங்க.

அய் : அடே, சரிதான்னு விடுங்கோன்னா. இந்தக் காலத்துப் பிள்ளையாண்டான்களே இப்படித்தான். ஏதோ ஒரு கிரகக் கோளாறு இப்படி பேசுறானுங்க. எல்லாம் இன்னும் கொஞ்ச நாள் போனா சரியாப் போயிடும்.

மணி : இப்ப அவனுக்கு கிரகங்களோ? அப்போ அவனை விடாது. ஒரு சுத்து சுத்தித்தான் விடும். அது இருக்கட்டும் சாதகத்தைப் பாருங்கோ.

அய் : ஆமாம். எனக்கு நாழியாயிடுத்து. ஆமாம், மாப்பிள்ளை ஆத்து ஜாதகம் இருக்கோன்னோ?

மணி : இல்லை சாமி! அவுங்க கொடுத்தனுப்பல்லே. பேர் ராசிக்கே பாருங்கோ.

அய் : மாப்பிள்ளை பேரு என்ன?

மணி : அழகப்பன். பெண் பெயர் சாந்தா.

அய் : அழகப்பன் - சாந்தா, சாந்தா - அழகப்பன்! ஆஹா! ஹா! எவ்வளவு பொருத்தமான பேரு! பேரு பொருத்தமே இவ்வளவு அழகாயிருக்கும்போது வேறு பொருத்தம் எதற்கு முதலியார்வாள்?... அதாவது பரம சிவனுக்கும் பார்வதிக்கும், மகாவிஷ்ணுக்கும் லக்ஷ்மிக்கும், சரஸ்வதிக்கும் பிரம்மாவுக்கும்கூட இவ்வளவு பொருத்தமா அமையலேன்னா!

மணி : என்னமோசாமி, நான் யாருக்கும் ஒரு கெடுதியும் செய்தது இல்லை. பகவான் என் பக்கம்தான் இருந்து வருகிறார்.

அய் : நீங்க ஒன்றுக்கும் பயப்படவேண்டாம். இனிமேதான் உமக்கு நல்ல காலம். நான் வீட்டைவிட்டுப் புறப்படும் போதே கெருடன் வட்டம் இட்டது. அதிலே எனக்குப் பரம திருப்தின்னா.

மணி : கருட சகுனம் கைகண்ட சகுனம்னு சொல்லுவாங்களே. சரி சாமி, ஒரு நல்ல நாளா பாருங்கோ. கல்யாணம் சீக்கிரம் ஆகணும்.

அய் : முதலியார்வாள்! திங்கள் கிழமை சோமவாரம் 5 1/2 மணிக்கு மேல்பட்டு 6 1/2 மணிக்குள்ளாக முடித்துவிட்டால் நல்லது.

மணி : சாமி, நீங்க சொல்லும்போதே கவுளி சொல்லுது. அந்த நாள் எனக்குப் பிடிக்கல்லே.

அய் : வேறே நாள் வைக்கலாம். எனக்கு வேறொரு இடத்திலே ஒரு கருமாதிக்குப் போகணும்.

மணி : *சாமி ! என்னது? என் வீட்டில் வந்து உட்கார்ந்து கொண்டு கருமாதிக்கும் கல்லெடுப்புக்கும் சாதகம் பார்க்கிறிங்க!*

அய் : நான் எதுக்கு சொல்றேன்னா, ஒத்துக்கொண்ட நாள் போக, பாக்கி நாளில் தானே ஒத்துக் கொள்ளணும். அதனாலே தான் சொல்றேன்.

மணி : *அப்படியா! அப்போ உங்க இஷ்டத்துக்கே செய்ங்க சாமி.*

அய் : சரி. நாழியாயிடுத்து. நான் போகணும். உங்காத்து வேலைக்காரனே நம்ப ஆத்துப் பக்கம் கொஞ்சம் வரச் சொல்லுங்கோ. கல்யாணத்துக்கு வேண்டிய சாமான்களை எல்லாம் எழுதி அனுப்புகிறேன்.

மணி : *அப்போ சரி சாமி!* பணம் கொடுத்து......

அய் : *(சிரித்து)* இதுக்கு இப்ப என்ன *அவசரம்?*

மணி : *அப்ப சரி.*

அய் : அடடே, போடுங்கன்னா அதுக்குள்ளே பர்சிலே கொண்டு வைக்கிறேளே.*(பணம் கொடுத்தல்)*

அய் : நான் போய்ட்டு வர்றேன்.

மணி : *சரி சாமி.*

(சாந்தா பள்ளியிலிருந்து வரல்)

மணி : *அம்மா சாந்தா!* பள்ளிக்கூடம் போய்ட்டு வரியா *அம்மா?*

சாநொ : ஆமாம்பா.

மணி : எல்லாம் படிச்சி முடிச்சிட்டியா *அம்மா?*

சாநொ : இன்னும் கொஞ்சம் இருக்கு அப்பா.

மணி : படிச்சது போதும். இனி பள்ளிக்கூடம் போக வேண்டாம்.

சாநொ : ஏன் அப்பா?

மணி : உனக்குக் கல்யாணத்திற்கு ஏற்பாடாகி விட்டது.

சாநொ : எனக்கு எதுக்கு அப்பா இப்பக் கல்யாணம்?

மணி : என்னம்மா இப்படிப் பேசறே.விளையாட்டுத் தனமா வயசு 18 ஆகிவிட்டது.

சாநொ : அப்பா! இதை என்னைக் கேட்டுக்கொண்டா செய்யவேண்டும்?

மணி : வேறே யாரம்மா கேட்கிறது?

சாநொ : என்னை யாருக்குக் கொடுக்கிறீர்கள்?

மணி : அரியலூர் அழகப்பனுக்குத்தான்!

சாநொ : அப்பா! ஒருவன் வாயிலே விஷத்தைப் பலாத்காரமாகத் திணித்துவிட்டு அதைச் சாப்பிடுவதைப் பற்றிய அபிப்ராயத்தை அவனிடம் கேட்பதுபோல் இருக் கிறது, தங்களுடைய பேச்சு!

மணி : இதென்ன எழவு எடுத்த எழுவா இருக்கு. வீட்டிலேயே படுத்துத் தூங்குகிறாயே. ஏதாவது ஒரு நல்ல இடத்தைப் பார்த்துக் கல்யாணத்தை முடிச்சு வைக்கலாம்னா, என்னவோ வேதாந்தம் பேசுகிறாயே.

சாநொ : அப்பா! நான் ஏன் உங்களிடம் ஒளிக்க வேண்டும். என் உள்ளத்தை ஏகாம்பரத்திடமே ஒப்படைத்து விட்டேன். இனி அதைப் பிரிப்பது என்பது அறுசுவைச் சாப்பாட்டைவிட்டு ஐயரைப் பிரிப்பதுபோல் ஆகும்.

மணி : *நீ வெற்றி பெற்று விடுவாய் என்ற எண்ணத்தால் கிண்டல் வேறு செய்கிறாய். நீ செத்தாலும் சரி. ஏகாம்பரத்தை ஒருகாலும் மணக்க முடியாது!*

சாநொ : *அப்படியானால் என் சவத்திற்குத் திருமணம் செய்து வையுங்கள்.*

மணி : *இந்தப் பூச்சாண்டி எல்லாம் என்னிடம் காட்ட வேண்டாம்.*

சாநொ : *அப்பா! மனத்திற்கேற்ற மணவாளன்!*

மணி : *அதைத்தான் மாற்றிக்கொள்ள வேண்டும் என்று சொல்கிறேன்.*

சாநொ : *காரணம்?*

மணி : *காரணமா? ஒன்றல்ல, இரண்டல்ல, ஒரு ஆயிரம் காரணங்கள் சொல்ல முடியும். ஏன் சாந்தா, அழகப் பனைவிட ஏகாம்பரம் எந்த வகையில் உயர்ந்தவன்? அய்யரை ஏசி ஏசி ஒரு சல்லிக்கு வழி இல்லாமல் செய்திட்டான். இன்னைக்கெல்லாம் இருந்தால் ஒரே ஒரு வெற்றிலை பாக்குக் கடைதான். அழகப்பனை மணந்து கொண்டால் பணத்திலேயே கிடந்து பொரளலாம். காரை விட்டுக் கீழே இறங்க வேண்டியதில்லை. அவன் காலால் இட்ட வேலையைத் தலையால் செய்ய எத்தனையோ பேர் காத்துகிட்டு இருக்கிறாங்க. ஏகாம்பரத்தை மணந்தால் ஒன்னுக்கு இரண்டு பத்திரவத்துக்கு மூணு நீயும் போகவேண்டியது தான். நான் சொல்வதைக் கேளம்மா. என்னம்மா பேசாமே நிக்கறேயே. உன்னிஷ்டந்தான் சொல்லேன்.*

சாநொ : *சரி அப்பா! உங்கள் இஷ்டம்போல் செய்யுங்கோ.*

மணி : அப்படிச் சொல்லு அம்மா! இப்ப எவ்வளவு சந்தோஷமா இருக்கு. நீ கெட்டுப் போறத்துக்கா செய்வேன் ? நீ தயாரா இரு. நான் ஆகவேண்டியதைக் கவனிக்கிறேன்.

(உள்ளே போதல்)

சாநொ : *(பாட்டு)*

சீன். 3

இடம் *: கல்யாண மண்டபம்*

அழகப்பன், சாந்தா, மணியப்பர் அய்யர், சிஷ்யன்.

(நண்பர்கள் உறவினர்கள் எல்லாம் வரல்)

மணி *: டேய் கந்தா! அய்யர் எங்கேடா?*

கநொ *: இதோ வர்ராங்க.*

மணி *: வாங்க சாமி.*

அய் *: வர்ரேன்.*

மணி : *சாமி, நாழியாச்சி. சீக்கிரம் ஆகட்டும்.*

அய் : *என்ன முதலியார்வாள்! எல்லாம் கொண்டு வரச்சொல்லுங்கோ. பெண்ணு மாப்பிள்ளையை அழைத்து வாருங்கோ.*

(அய்யர் மந்திரம் சொல்லுதல். பிறகு மாலை போடல். மணவரையைச் சுற்றுதல்.)

அய் *: சாந்தா நமஸ்சாரம் செய்துக்கோ. மாப்பிள்ளை வாள்! நீங்களும் நமஸ்காரம் செய்து கொள்ளுங்கோ. நலுங்கு பாடுங்கோ.*

(பாடல்)

அய் *: முதலியார்வாள்! பொண்ணு மாப்பிள்ளையை உள்ளே அழைச்சுண்டுபோய் பாலும் பழமும் கொடுங்க. சரி, நான் போகட்டுமா? (உள்ளே போதல்)*

மணி *: போய்ட்டு வாருங்கோ.*

அய் : சரி.வர்றேன்.

மணி : என்ன சாமி, இப்படியும் அப்படியுமா போறிங்க. என்ன விஷயம்?

அய் : ஒன்றுமில்லை, தெஷ்ணை கொடுங்க.

மணி : இதை அப்பவே சொன்னா என்னாங்க சாமி? இந்தாங்க.

சிஷ் : மாமா! எனக்கும்.

அய் : முதலியார்வாள்! பச்சுமணிக்கும் கொடுங்கோ. *(பணம் கொடுத்தல்)*

(பிச்சுமணி பணம் வாங்கிக்கொண்டு வெள்ளிக்கிண்ணத்தைத் திருடுதல். கந்தன் பிடித்தல்)

பிச் : மாமா - மாமா-உ

அய் : என்னடா - முதலியார்வாள்!

மணி : ஏய்,என்னடா?

கநொ : இதைத் திருடிட்டாருங்கோ?

மணி : ஏன் சாமி, இப்படிச் செய்யலாமா?

அய் : இதுக்குப் பேரு திருட்டா?

மணி : பின்னே என்ன களவா?

அய் : முதலியார்வாள்! பிராமணாள் எதை வேணும் னாலும் எந்த இடத்திலே இருந்தாலும் எடுத்துக் கொள்ளலாம்னு மநுதர்ம சாஸ்திரத்திலே எழுதி இருக்கு.

மணி : அப்படியா? அப்போ எடுத்துக்குங்க?

அய் : வேண்டாம்.

(அய்யர் உள்ளே போதல்)

மணி : *ஏய் கந்தா! ஆகவேண்டிய காரியத்தை எல்லாம் பாருடா*

சீன். 4

இடம் : ரோடு

(கந்தனும் அய்யரும் வாது பேசல்)

(அய்யர் மூட்டையுடன்)

கநொ : ஓய் அய்யரே! இப்படி வாரும்! என்ன மூட்டை அது?

அய் : அதுவா கல்யாணத்திலே கொடுத்த சாமான்கள்.

கநொ : எவ்வளவு அரிசி இருக்கும்?

அய் : ஏன்? 5 படி இருக்கு.

கநொ : ஓய்! உனக்கு எதுக்கு 5 படி அரிசி? இப்பத்தான் ரேஷன் காலம்னு தெரியுமல்ல?

அய் : எந்தக் காலமா இருந்தா எனக்கென்ன? ரேஷன் ஆபீஸர் வீட்டிலேயே நான் போய் வாங்கிவருவேனே.

கநொ : தொலைஞ்சு போ. அரிசியை நீ எடுத்துக்கோ பணம் ஐந்து ரூபாயையும் கொடு.

அய் : எதுக்கப்பா நீ கேக்கறே!

கநொ : கொடுக்கிறியா இல்லையா?

அய் : ஐயோ! கொடுக்கிறேன். நீ கிட்டவராதே, பாருங்க. கொடுக்குறத்துக்கு அவங்களையும் படைச்சி, வாங்கறத்துக்கு எங்களையும் உண்டு பண்ணி, அடிச்சிப் பிடுங்கறத்துக்கு ஆண்டவன் இவங்களையும் படைச்சிருக்கான்னா. கடவுளே! காலம் கெட்டுப் போச்சின்னா.

கநொ : ஆமா! கருப்புக்கோழி வெள்ளை முட்டையிட்டுச்சு. பணமே! பகல் இரவு என்று பாராது பாடுபட்டுப் பசி பசி

என்று ஏங்கி நடு நிசியிலே நின்றாலும் இதோ கொஞ்சம் புசி புசி என்று கூறிடாத இரும்பு நெஞ்சரின் இரும்புப் பெட்டியில் தூங்கும் பணமே! குச்சி வீட்டில் ஏழை உணவின்றி ஓய்ந்து கிடக்கவும், மச்சி வீட்டில் பணக்காரர்கள் மதுரகீதம் பாடவும் பாழும் நிலையை உண்டாக்கிய பணமே! உலகத்தின் உயிரே! இன்னும் எத்தனை நாளைக்கு இந்தச் சோம்பேறிகளின் வீட்டில் வாழப் போகிறாய்? வரப்போகிறது பாட்டாளியின் படையெடுப்பு! வந்து சேர். பார்த்துக் கொள்ளுகிறேன். *(பழனி வருதல்)*

பழ : ஆஹா ! இம்மாதிரியான உண்மையான தோழர்கள் ஓராயிரம் பேர்கள் இருந்தால் போதுமே, இந்நாட் டிற்கு! கனல் கக்கும்படி பேசி ஐயரை மடக்கிய கந்தன் அழகப்பனின் வேலைக்காரன். இவனுக்கு இருக்கும் அளவு இவன் எஜமானனுக்கு இருந்தால்...? என்னவோ, மாணவரையும், தொழிலாளரையும் நம்பித்தான் இருக்கிறது நாடு. பார்ப்போம் ஒருகை.

சீன். 5

இடம் : ஏகாம்பரம் வீடு *(சாந்தா படத்தைப் பார்த்து அழல்)*

(பாட்டு, மீனாக்ஷி வந்தல்)

ஏகா : பாட்டு. சாந்தா *(மீனாக்ஷி வரல்)*

மீனா : ஏம்பா, ஏகாம்பரம்!இப்படி இரண்டு நாளாய்ப் பட்டினியாய் இருக்கிறாயே,உடம்பு என்னத்துக்கு ஆகும்? வா சாப்பிடலாம்.

ஏகா : அம்மா? எனக்கு இப்பொழுது சாப்பாடு வேண்டாம்.

மீனா : நீ என்னவோ, சாந்தா, சாந்தான்னு அழுதுகிட்டு இருக்கே. அவள் என்னவோ சுகமா புருஷன் வீட்டிலே இருக்கிறாள். இப்ப நீதான் வருத்தப்பட்டுக் கொண்டிருக்கிறாய். சரி! சாப்பிடவா.

ஏகா : ஐயோ! என்னைத் தொந்தரவு செய்யாதிங்களேன் எனக்கு இப்பொழுது வேண்டாம் போங்கள்.

(ஆதிகேச முதலியார் வருதல்)

ஆதி : ஏய் மீனாட்சி! ஏகாம்பரம் சாப்பிட்டானா?

மீனா : அதுக்குத்தான் கூப்பிடுகிறேன். சாப்பாடு வேண்டாமாம்!

ஆதி : சாப்பாடு வேண்டாமா? வேறென்ன, சாந்தா வேணுமா?

ஏகா : அப்பா, மீண்டும் மீண்டும் என்னைத் தொந்தரவு செய்யாதீர்கள். வேண்டாம். விட்டு விடுங்கள்.

ஆதி *: என்னவோ சாது எனப் பெயர் வாங்குவாய்ன்னு நினைச்சேன்.*

ஏகா *: ஆமாம்! சூது செய்பவன் கூடத்தான் சாது எனப் பெயர் வாங்குகிறான்!*

ஆதி *: அதிகமாய்ப் பேசவேண்டாம் - அதிகப் பிரசங்கி நாயே!*

ஏகா *: அறிவோடு பேசுங்கள் அப்பா.*

ஆதி *: அறிவாவது! கிறிவாவது! அடிச்சேன்னா, பல்லு கில்லு எல்லாம் உடைஞ்சுடும்.*

ஏகா *: அப்பா! ஏன் அடிக்க மாட்டீர்கள். இனி நான் உங்களிடம் பேசத் தயாராயில்லை. பகல் முழுதும் உழைத்து அலுத்த பாட்டாளியின் மனைவி பாம்பு கடித்திருக்கும் சமயம், பட்ட கடனைத் தீர்ப்பாய் என்று பார்ப்பான் வந்தது போலவும், கப்பல் மூழ்கிய காரணத்தால் கரையை அடைய கடலில் நீந்தும்போது மகா மீன் வாய் பிளந்து வரவேற்பது போலவும் வேதனையிலே வாடும் என்னிடம் பாதகமாக நீர் பேசுகிறீர். தந்தையே! கட்டக் கந்தையுமில்லையே என்று கதறும் கபோதியிடம் விந்தை மொழி பேசுவரோ? என் செய்வது! போரின் புகைச்சல் நம் ஊரை அணுகும் வேளையில், யுத்த வாடை இந்தியக் கரையை மோதும் நேரத்தில் நாச வேலையை நடாத்திய நேசர்களின் தொண் டர் அல்லவா தாங்கள்! ஏன் பேசமாட்டீர்கள்? இன்னமும் பேசுவீர்கள்.*

ஆதி *: அடே, சொர்ணை கெட்டவனே! உன்னைப் பெத்து வளர்த்து போதித்து, சோறு போட்டு, இந்தத் தசையை வளர்த்த என்னிடம் இப்படித்தான் பேசவேண்டும். விதி மற்ற வீணனுக்கு வீராப்பு வேறு. உன்னை எவ்வளவோ மரியாதையாக நடத்தணும்னு நினைச்சேண்டா. நீயே கெடுத் துக்கிட்டே. இப்பப் பேசக் கத்துக்கிட்டு மூச்சு விடாமெ பேசுறே. போடா, மடப்பய மகனே! (உள்ளே போதல்)*

மீனா : ஏம்பா ஏகாம்பரம்! அப்பா கிட்டே இப்படிப் பேசலாமா? அப்பாவும் கோவிச்சிக்கிட்டுப் போயிட்டாரு வா, போகலாம்.

ஏகா : அம்மா! எனக்கு வேண்டாம் போங்கள்.

மீனா : உன்னைப் பெத்த வைத்திலே பிரண்டையைத் தான் வச்சுக்கணும். இனி என் மகன் என்பதைத் தொலச்சுட்டேன் போ.

(உள்ளே போதல்)

ஏகா : சண்டாளர்கள்! ஐயோ! காதலியும் கைவிட் டாள். தந்தையோ மந்தை மாடென எண்ணிவிட்டார். தாயோ பேயெனப் பிதற்றுகிறாள். நிலையறியாத கொலைஞர்கள்! இனி இங்கிருப்பது சரியல்ல. எங்காவது ஓடிப்போய் விட வேண்டியது தான்.

சீன். 6

இடம் : காடு

(ஏகாம்பரம் சாந்தா படத்தை வைத்து அழல்)

சாமியார் பாட்டு.

ஏகா *: சாந்தா ! நீ என்னை இப்படி ஏமாற்றுவாய் என்று நான் கனவிலும் நினைக்கவில்லையே! எனது குமுறும் உள்ளத்தை உன்னிடம் எப்படிக் காட்ட முடியும்? நான் அப்படி என்ன தவறு செய்துவிட்டேன்? என் உண்மை உள்ளத்தோடு உன்னைக் காதலித்தேன்.நீயும் உன் காதலை வாரி வாரி வழங்கினாய். என் உள்ளத்தையும் உன்னிடம் ஒப்படைத்தேன். ஆனால் நீ ஏமாறவில்லை. நான் ஏமாற்றம் அடைந்தேன். அன்று நீ பேசிய கொஞ்சும் மொழி விருந்து இன்னும் என் நெஞ்சை இனிக்கத் தான் செய்கிறது. கரும்பே என்றாய்? கரும்பு இன்று உனக்கு வேம்பாயிற்று! மண்ணும் விண்ணும் வீழினும் மறவேன் என்றாய்!*

சாந்தா ! நீ என்னை உண்மையாகவே காதலித்தாயோ அல்லது உனது அன்பு வெறும் வேசிகளின் அன்புதானா? காதலாம், கண்ணம், மூக்காம், அதற்குத் தெய்வீக சக்தியாம்! இதுதானா அந்தச் சக்தி ? சீ! ஒரு இளைஞனை இன்முகம் காட்டி இழுத்து கண்களால் பேசி, கடிதங்களால் மயக்கி,வாய் மொழியால் வாட்டி கடைசியில் கலங்கவிடுவதென்றால் இதை உலகம் பார்த்துக்கொண்டா இருக்கும்? சாந்தா! உன் மனமே உனக்கு நீதி வழங்கும். உன்னையே நம்பி உனக்காகவே உலகில் வாழ்ந்து உன்னாலேயே ஏமாற்றப்பட்டு உள்ளம் உடைந்து ஓடும் ஏகாம்பரத்தின் நெஞ்சின் சாபத்தை நீ ஏற்றே தீர வேண்டும். இதிலிருந்து நீ மீளமுடியாது. சாந்தா! அன்ப னையா மறந்தாய்? அழகப்பனுக்கா மாலையிட்டாய்? இதோ போகிறேன் - உலகை விட்டு அல்ல, இந்த ஊரைவிட்டு !

சாந்தா! உனக்கு உலகம் அளிக்கும் தண்டனையைப் பார்க்காமலா சாவேன். சாந்தா?

சீன். 7

இடம் *: அழகப்பன் வீடு (நண்பர்கள் வருகை. கந்தன் இருத்தல்) (சிவதரு, கந்தன், அழகப்பன், சீட்டாட்டம்: மதுவிருந்து)*

அழ : *என்ன பிரதர் ! இன்னைக்கு பிளே ஒன்றும் சுகமில்லை.*

சிவ : *பிரதர்!. ராஜால்லாம் ராணியா தெரியுது. ராணி எல்லாம் ராஜாவா தெரியுது. என்ன பிரதர்! இண்ட்ரஸ்டே இல்லை.*

அழ : *ஏய் கந்தா! போடு.*

சிவ : *என்ன பிரதர்! எங்கே இன்னும் கணபதியும் ஜம்புவும் வரலே.*

அழ *: வந்திடுவாங்க பிரதர். (ஜம்பு வரல்)*

ஜம் : *குட்மார்னிங் பிரதர்.*

அழ *: ஓ! குட்மார்னிங்! ஏய் கந்தா! சேர் எடுத்துப் போடுடா. ஏன் பிரதர், இவ்வளவு நாழி?*

ஜம் *: கொஞ்சம் வீட்ல வேல இருந்தது.*

சிவ : *எங்கப்பா கணபதியைக் காணோம்.*

ஜம் *: அவன் கோயிலுக்குப் போயிருக்கான் பிரதர்.*

அழ *: இன்னைக்கு என்னப்பா புதிசாயிருக்கு; என்னைக்கும் இல்லாத திருநாளாக இருக்கு.*

சிவ : *ஓ! இன்னைக்கு திருவாதிரை உற்சவமில்ல.*

கநொ : ஆமாங்க எஜமான்! பட்டுப் புடைவைகள் நடமாட, வாலிபக் கண்கள் தாண்டவமாட பஸ்ட் கிளாசு காட்சியின்னு பேப்பரில் போட்டிருக்கு ஏஜமான்.

சிவ : அது என்னடா பஸ்ட்கிளாசு காட்சி?

கநொ : அதுதாங்க எஜமான், பார்வதி பருவம் அடைஞ்சிட்டான்னு அந்தப் பரமசிவம் நெற்றியிலே வழி யுது பாருங்க திருச்சாந்து, அடடா! பஸ்ட் கிளாசு காட்சி.

சிவ : என்னப்பா அழகப்பா, உன் வேலைக்காரன் இவ்வளவு மேலே போயிட்டான்.

அழ : அதுவா! அவன் இப்ப எல்லாம் 'திராவிடநாடு' பேப்பரு படிக்க ஆரம்பிச்சிட்டான். அதனாலேதான் பேசுறான்.

(கணபதி வரல்)

கண : குட்மார்னிங் அழகப்பன்!

அழ : எப்பா, இவ்வளவு நாழி?

கண : கோவிலுக்குப் போயிட்டு அப்படியே நம்ப ஒய்ப் ஊருக்குப் போகணும்னு சொன்னாள். அப்படியே அனுப்பிச்சிட்டு வர்ரேன்.

அழ : ஏய் கந்தா,அய்யருக்கு போட்டு கொடுடா.

கநொ : சாமி,சும்மா சாப்பிடுங்க.

கண : கந்தா! சிகிரெட் எடுடா.

சிவ : பிரதர்! இன்னைக்கு எல்லாம் ஜாலியா இருக்கோம். ஒரு பாட்டு பாடுங்கோ.

அழ : என்ன பிரதர்! என்னைப் பாடச் சொல்றீங்க. நான் பாடி யாரு கேக்கறது. டோன் வேறே கெட்டுடுத்து. சின்னப்

பையனாக இருக்கும்போது ஸ்கூல்ல நாடகத்திலே நடிச்சது. கந்தா, என்ன நடத்தினோம்

கநோ : நாடகம் நடத்தினீங்க.

அழ : அப்ப நல்லதங்காள் நாடகம் நடந்தது. அதுலே நான் லோகிதாஸனாக நடித்தேன்.

கநோ : எஜமான்! நல்லதங்காவிலே லோகிதாசன்...!

அ : டேய்! கதைப் போக்கு உனக்கென்னடா தெரி யும்?

ஜம் : ஏய்! அவரு நடிக்காமேயா சொல்றாரு. அப்போ நீங்க பாடுங்க பிரதர்.

கண : பாடத்தெரிஞ்சா பாடுங்க. இல்லேன்னா கத்துங்க பிரதர் ஜாலியா.

சிவ : ஏய் ஜம்பு! நம்ப அழகப்பன் பாடினா கிட்டப்பா எல்லாம் எட்டப்பான்னு போயிடணும்.

அழ : நீங்களும் பாடித்தான் ஆகணும்னு ரொம்ப டிரபுள் பண்றீங்க. பாடலேன்னா நமக்குள்ள பார்மால்டி கெட்டுடும். பாடுறேன்:

"பாலத்தின்மீது ரயிலோடக் கண்டேன்
ரயில், மெயிலாச்சுதடி - குயிலே
ஸ்டேஷனை விட்டுப் புறப்பட்ட ரயிலும்
வேகமாய்ப் போகுதடி - குயிலே"

சிவ : இது தாண்டா ராமலிங்கசுவாமி அருட்பா.

கண : அருட்பாவா. அப்போ பாடுங்க பிரதர்.

(பாட்டு)

அழ : என்ன பிரதர்! நான் அப்போ பாடினேன். நீங்கள் எல்லாம் கேட்டு ரசிச்சிங்க. இப்போ சாரீரம் கழுதை மாதிரி இருக்கு.

ஜம் : ரொம்ப நல்லா இருக்கு. இந்தப் பாட்டே ரிகார்டு கொடுக்கலாமே.

கண : பிரதர் டைம் ஆச்சி. நான் வர்றேன். அழகப்பன்! நான் வரேம்பா.

அழ : போறிங்களா...அப்ப போங்கோ.

சிவ : பிரதர் ! நான் இன்னிக்கு சினிமாவுக்குப் போகலாம்ணு இருக்கிறேன். நீயும் வாரியா?

அழ : எனக்கு நெஞ்சு வலி ஜாஸ்தியாய் இருக்கு. நீயே போயிட்டுவா.

சிவ : என்னப்பா வருஷம் 300 நாளும் நெஞ்சுவலின்னு சொல்றே இன்னிக்கு ஒருநாளைக்குத் தானே. ஜாலியா போயிட்டு வரலாம்.

அழ : என்ன படம் நடக்குது.

சிவ : தாராசசாங்கம்.

அழ : என்னா பிரதர் ! இருந்து இருந்து தாராசசரங்கத்துக்கா போறது? யாரோ எண்ணெய் தேக்கிறாங்களாம். அதுக்கா போறது?

சிவ : புராணப்பட மப்பா புராணப் படம்.

அழ : அப்போ சரி. போகலாம். ஒரு சீட் ரிசர்வ் செய் - பஸ்ட் கிளாஸ்.

கநொ : எஜமான்! நானும் வர்றேன்.

அழ : அப்போ இரண்டு சீட் ரிசர்வ் செய்.

சிவ : அவன் சர்வண்ட்தானே. ப்ளோர் போதும்பா.

அழ : அவன் சர்வண்ட் - வேலை நேரத்திலே! மத்த நேரத்திலே என் டிரஸ்ட் பிரண்டு.

சிவ : அப்போ நான் வர்றேன்.

அழ : சிவகுரு! 3 சீட்டா ரிசர்வட் செய். அதோட பஸ்ட்கிளாஸ் செடன்பாடி டேக்ஸ் ஒன்னும் அனுப்பு.

(சிவகுரு போதல்)

அழ : ஏய் சாந்தா! சாந்தா! ஏய் சாந்தா! எங்கே போய்ட்டா அவள்?

சாநொ : ஏன்?

அழ : ஏனடி மௌனம் சாதிக்கிறாய்?

சாநொ : அதிருக்கட்டும். ஏன் கூப்பிட்டீர்கள்? கூப்பிட்ட சமாச்சாரத்தைச் சொல்லுங்கோ.

அழ : எப்போழுது பார்த்தாலும் கடுகடுத்த முகம் தானா? வெடு வெடுத்த பேச்சுத்தானா? ஏன் இந்த வெறுப்பு?

சாநொ : ஆ! தாங்கள் நடந்து கொள்ளும் காரியத்திற்காக நான் மகிழ்ச்சியடைய வேண்டுமா?

அழ : மகிழ்ச்சியடையாவிட்டாலும் வெறுக்காமலாவது இருக்கலாம் அல்லவா?

சாநொ : அது நானாகச் செய்து கொள்ளவில்லை.

அழ : வேறே யாரு -ஆண்டவன் கீண்டவன் உள்ளே பூர்ந்துகிட்டு உன்னை ஆட்டிப் படைக்குறானா?

சாநொ : நான் தாசியல்ல!

அழ : வேறெ யாரு... தேவடியாளா?

சாநொ : இதற்கெல்லாம் பதில் சொல்லத் தயராயில்லை. செய்தியைச் சொல்லுங்கள்.

அழ : நீ என் அடிமை!

சாநொ : அன்பிற்கு! அதிகாரத்திற்கல்ல!

அழ : நீ என் வீட்டில் கொட்டிக் கொள்கிறாயே சோறு, அதற்காவது நீ அடிமைப்பட்டவள் தானேடி.

சாநொ : சோற்றைக் கண்டு வாலைக் குழைக்கும் பிராணி வேறு. அதிகமாகப் போசவேண்டாம்.

அழ : சீ! நன்றி கெட்டவளே.

சாநொ : ஆ! தாங்கள் செய்த எந்த நன்றியை நான் மறந்தேன். மாட மாளிகையிலே, மணந்தரும் மலர்ச் சோலையிலே காதலைப் பருகக் காமக்கிழத்தியாக்கினீர். இது தானே என்னிடம் காட்டும் அன்பும் வாஞ்சையும்.

அழ : அடேடே டே..... இதை யெல்லாம் எப்படி கத்துக்கிட்டே. மாடமாளிகையாம். கூட கோபுரமாம். என்னடிது-சரிதான். உன் அண்ணன் சொல்லிக் கொடுத்திட்டான் போலிருக்கே. எங்கே பிகின் - ஒன்சுமோர்.

சாநொ : தங்களைச் சொல்லி என்ன பயன்? என்னை இப்படுகுழியில் தள்ளிய பாதகர்களையல்லவோ சொல்ல வேண்டும்.

அழ : சீ! போய் கோட்டை எடுத்துட்டு வா

(சாந்தா கோட்டை எடுத்து வரல்)

அழ : ஏய்! என்னைக் கொண்டுபோய் வெளியே விடு. ஏண்டி, என்னை வெளியே அழைச்சிட்டுப் போறையா?

கொல்லைப் பக்கம் அழைச்சிட்டு போறயா? என்னை அங்கே அழைச்சிட்டுப் போய் கொல்லப் பார்க்கிறீயா?

சாநொ : இல்லை. தெருப்பக்கம் தானே இது?

அழ : தெருப்பக்கமா. நல்லா பாருடி. சரி இப்படி யெல்லாம் செய்யாதே. தூங்கும் போது தலையிலே கல்லைத் தூக்கிப்போடு. நான் இப்போ வெளியிலே போறேன்

வந்து பேசிக்கிறேன். நீ மதுவருந்தி விட்டுப் பேசுகிறாய் குடிவெறியிலே பேசற. நான் வந்து போகிறேன் பிலடிபகர்.

(போதல்)

சாநொ : மதுவருந்தி விட்டுப் பேசுகிறேன். மதுவல்ல எனக்குக் கொடுக்கப்பட்டது. கொடிய நஞ்சு. அதை உண்ட மயக்கத்தில் உளறுகிறேன். துருப்பிடுத்துப் போன சமூகமே! நீ கொடுத்த நஞ்சு என்னை உயிரோடு வைத்துக் கொல்லுகிறதே. நானாகத் தேடிக் கொண்டேன் நாச காலத்தை கடல் அழிந்தாலும் காதல் அழியாது என்றேன். கருத்தழிந்தேன். ஏகாம்பரத்தின் எண்ணத்தில் மண்ணை அள்ளிப் போட்டேன். என் வாழ்வை வெட்டிப் பிரித்த ஏ வேற்றுமைப் பிசாசே! உனக்கு அழிவு காலம் அண்மையில் இல்லையா? இது நீதியா? நியாயமா? நேர்மையா?

சீன் முடிவு.

நச்சுக்கோப்பை

சீன். 8

இடம் : ரோடு

(சின்னையா பிள்ளை, கன்னையா செட்டி வருகை)

சின் : ஏனப்பா பழனி, எங்கே போகிறாய்?

பழனி : இன்று ஒரு பொதுக்கூட்டம். அதில் பேச வேண்டும். அதற்காகப் போகிறேன்.

சின் : சாமியைப் பழித்துத் தானே பேசப்போகிறீர்கள்?

பழனி : சாமியைப் பழிக்கிற கயவர்களைப் பற்றிப் பேசப் போகிறேன். ஆமாம், நீங்கள் எங்கே போகிறீர்கள்?

சின் : நாளைக்கு என் பொண்ணுக்குக் கலியாணம். மழை பெய்யக்கூடாதுன்னு பிள்ளையாருக்கு ஒரு தேங்காய் உடைச்சிட்டு வரலாம்னு போறேன்.

பழனி : அப்பொ, செய்யுங்கோ.

(கன்னையா வருகை)

பழனி : என்ன ! கன்னையா செட்டியவர்களே, எங்கே இவ்வளவு தூரம்?

கன் : மழையில்லாமே நிலமெல்லாம் வறண்டு விட்டது. நாளைக்கினாலும் மழை பெய்யட்டுமின்னு மாரியம்மனுக்கு ஒரு தேங்கா உடைக்கப்போகிறேன்.

பழனி : சின்னையா பிள்ளையவர்களே! கன்னையா செட்டி கூறிய வார்த்தைகளைக் கேட்டீரா? நீர் உமது மகளுடைய கல்யாணத்துக்கு மழைபெய்யக் கூடாதுன்னு தேங்காய் உடைக்கப்போகிறீர். அவர் நிலம் வறண்டுவிட்டது. மழை

பெய்ய வேண்டுமென்பதற்காகத் தேங்காய் உடைக்கப்போகிறார். இதில் கடவுள் யாருக்கு அனுக்கிரகம் செய்வார்?

சின் : *ஏன்? நல்லவாளுக்குச் செய்யட்டுமே!*

கன் : *அப்படியின்னா நான் கெட்டவனா?*

சின் : *நாளை தெரிந்துவிடுகிறது.*

கன் : *ஓய்! சொல்லிக் காட்டாதேயும், உமது பெருமையை. என்னைப் போல் யார் பக்திமான் இருக்கிறார்களோ, அவர்களுக்கே கடவுள் அனுக்கிரகம் செய்வார்.*

சின் : *நீர் பெரிய பக்திமானோ?*

கன் : *நீர் பெரிய பக்திமானோ?*

பழனி : *ஐயா! வெய்யில் எரிப்பதும் மழை பெய்வதும் இயற்கையின் செயல். இதற்காக நீங்கள் சண்டையிட்டுக் கொள்வது முட்டாள் தனம்!*

இருவரும் : *முட்டாள்தனம் என்று சொல்லாதேயும்.*

பழனி : *அதைவிட அழகான வார்த்தை கிடைக்க வில்லையே, ஐயா! நாளை மழை பெய்துவிட்டால் நீர் அயோக்கியன் என்பதை ஒப்புக்கொள்கிறீரா? அல்லது நீர் தான் ஒப்புக்கொள்கிறீரா? மேல் நாட்டிலே மனிதன் யந்திரமும் கையுமாகப் போராடிக் கொண்டிருக்கிறான். நீங்கள் களிமண்ணும் கையுமாக பிள்ளையார் பிடிக்கிறீர்களே. இது அறிவுடையாகுமா?*

கன் : *சரி.சரி. இப்ப நீ எங்கே போறே?*

பழனி : *பொதுக் கூட்டத்திற்கு. இரு : அப்ப நாங்க கோவிலுக்குப் போய் தேங்காயை உடைத்துக் கொண்டு வருகிறோம்.*

சீன். 9

இடம் : மணியப்ப முதலியார் வீடு

(அய்யர் வருகை)

மணி : என்னது, சாந்தா வீட்டிலிருந்து தபாலா கிபாலா ஒண்ணும் காணோம். ஒன்றும் புரியலையே!

(அய்யர் வரல்)

அய் : என்ன முதலியார்வாள்! வெளியே புறப்பட்டாப்போல இருக்கு.

மணி : ஆமாஞ்சாமி! நம்பள மறந்திட்டீங்களா என்ன?

அய் : என்ன முதலியார்வாள்! இவ்வளவு சுலபமா சொல்லிட்டீரே. எப்படி தங்களை மறக்க முடியும்?

மணி : ஆமாம். இப்போ எங்கே வந்தீங்க?

அய் : காரியம் இல்லாமலா வருவேன்.

பணி : அப்ப என்ன விஷயம்?

அய் : இம். இருக்கு.

மணி : என்ன விஷயம்! சொல்லுங்கோ?

அய் : அதாவது ராதா கல்யாணம் வர்றது.

மணி : யாருக்கு? தங்கள் மகளுக்கா?

அய் : சே! சே? என்னான்னா... இப்படிக் கேட்டேள். இவ்வளவு பக்திமானாக இருந்தும். நீரும் உம் மகனுட சேர்ந் துட்டயோ?

மணி *: யாராவது சொல்றதை கேக்றது. அதைக் கொண்டுதான் எனக்கு எல்லாம் தெரியும்.*

அய் *: அதாவது ராதாவுக்கும் கிருஷ்ணனுக்கும் போன யுகத்தில் நடந்த ஐதீகத்தை இப்பொழுது உற்சவமாக நடத்துறோம். அதுதான் ராதா கல்யாணம்.*

மணி *: அதுக்கு நான் என்ன சாமி செய்யணும்?*

அய் *: ஏதோ ஒரு தொகை கொடுத்து உதவினால் தங்களுக்கு பகவத் கிருபை கிட்டும். அதுவுமல்லாமல் சுடகோடி சூர்ய நாராயண அய்யர் கதா காலக்ஷேபமும் இருக்கு. நீங்களும் அவசியம் வரணும்.*

மணி *: அடேடே! என்ன சாமி! நான் வராமலா இருப்பேன்.*

(பணம் கொடுத்தல்)

அய் *: ஆமாம். மூணு மரக்கா பச்சரிசி வேணும்.*

மணி *: ஏன் சாமி?*

அய் *: பகவானுக்குத் துத்திவண்ணம் செய்யணும்.*

மணி *: சாமி, நெல்லு அடிக்கலிங்க. அடுத்த மாசம் தான் அடிக்கணும் - அடிச்சன்னா கொடுத்தனுப்புறேன்.*

அய் *: அடுத்த மாசம் கொடுத்து ஆகற காரியமில்லை. அப்படியின்னா எங்க ஆத்ல உள்ள அரிசியை எடுத்து செய்றேன். பிறகு நீங்க கொடுத்திடுங்கோ.*

மணி *: அப்ப சரி. போயிட்டு வாங்க.*

அய் *: வரும்போது உங்காத்திலேயே சாப்பிட்டு வந்துடுங்கோ.*

மணி *: ஏன் சாமி?*

அய் : அங்கே பிராமணனுக்குத்தான் போடணும். சூத்ராளுக்குக் கிடையாது.

மணி : சாப்பாட்டுக்கு என்ன குறைச்சல் சாமி! பகவான் கிருபையாலும் தங்களுடைய ஆசீர்வாதத்தினாலும் கிறைய இருக்கிறது.

அய் : அப்ப சரி. நான் வர்றேன்.

மணி : போயிட்டு வாங்க.

(அய்யர் போதல், நொண்டி வருகை. பாட்டு)

நொண் : ஐயா!

மணி : யாரடா நீ

நொ : காலையிலிருந்து பட்டினி ஐயா!

மணி : யாரடா என்று கேட்டால், பட்டினி ஒலை வாசிக்க விட்டாயே! யாரடா நீ?

நொ : ஐயா! நான் ஒரு நொண்டி! பிச்சைக்காரன். வயிற்றுக்கு இல்லை.ஏதாவது கருணை செய்ய வேண்டும். ஏண்டா வர்றவன் போறவனுக்கு எல்லாம் சத்திரமா கட்டிவைச்சிருக்கேன். போடா வந்தவழியே.

நொ : அதிகமான பசி ஐயா!

மணி : போகிறாயா? உதைக்கட்டுமா?

நொ : போய் விடு என்றால் போகிறேன். உதைக்க வேண்டாம்.

மணி : பிச்சை எடுக்கிற கழுதைக்குப் பேச்சு வேறா? மரியாதையாகப் போகமாட்டாய்.

நொ : *அய்யனே! நீர் ஒரு பெரிய தர்மகர்த்தா என்று கேள்விப்பட்டு வந்தேன். இங்கு அதர்மம் தலை விரித்தாடுவது எனக்குத் தெரியாது. நஞ்சுக்கு அமிர்தம் என்று பெயரிட்டிருப்பதை நான் அறியேன்.*

மணி : *தர்மத்தைப் பத்தி ரொம்ப தெரிஞ்ச கழுதை போடா.*

நொ : *திமிரான பேச்சு! இது உமது குற்றமல்ல. உமது பண்படாத அறிவின் குற்றம். சிந்தனை என்ற வயலுக்கு ஆராய்ச்சி என்ற நீர் பாய்ச்சும். பகுத்தறிவுப் பரம்படித்து, உயர்வு தாழ்வு என்ற மேடுபள்ளங்களைச் சமப்படுத்தி மூட மதி என்ற களைகளை முற்றிலும் அகற்றும். விவேகம் என்ற விளைவு ஏற்படும். அப்பொழுது தெரியும். தர்மம் எது அதர்மம் எது என்று. நல்ல எண்ணம் என்பது நமக்குக் கடவுளாக இருக்கையில் கோவில் ஏன்? உழைக்கக் கை கால்கள் இருக்கையில் ஊரார் சொத்தை உறிஞ்சுபவனுக்கு இலவச போஜனம் ஏன்?*

மணி : *டேய்! என்னடா நினைச்சி பேசற! கொஞ்சம் கூட மரியாதை தெரியல. ஒரு பிச்சைக்காரப் பயல் என்னென்னடா பேசறது. உதைச்சிடுவேன். உதைச்சி பிச்சுடுவேன் பிச்சு. என்னடா பெரிய வேஷ மெல்லாம் போடுறே.*

நொ : *ஐயா! நான வேஷம் போடுகிறேன்.நானா காவியணிந்து காமியாக வாழ்கிறேன். நீறு பூசி நீச்சத் தன்மையையா வளர்க்கிறேன். என் உள்ளத்திலெழும் அலைகளே என் உதடுகளின் அசைவாய் இருக்கிறது. வயிறு கேட்டதையே வாய் கூறுகிறது. இதுவா வேஷம்? நன்று! நீர் வேஷம் போடுகிறவனை அறியவில்லை போலும்! அதிலே கிடந்து சொக்குகிறீர். என் போன்ற ஏழைமக்களிடம் கடுமொழிகளைக் கக்குகிறீர். இனியாவது உண்மையை உணரும். அறிவு உலகம் உமக்கு வழிகாட்டுமாக. (பாட்டு. போதல்)*

மணி : *இந்த அயோக்கியப் பயல் என்னவோ பேசிட்டுப் போயிட்டான் கடவுளே. (பழனி வருகை)*

பழனி : எல்லாம் அவன் செய்த அயோக்கியத்தனம் தான்.

மணி : என்னடா? அயோக்யத்தனம்?

பழனி : வேறென்ன? பாட்டாளியையும் பணக்காரனையும் படைத்தது அவன் செயல்தானே? உழைப்பளியையும் உண்டு களிப்பவனையும் உண்டு பண்ணியது உயரிய செயல் என்பது உமது கருத்தா? பஞ்சத்தால் பாட்டாளி வாடவும், மஞ்சத்தில் பணக்காரன் மதுர கீதம் பாடவும் ஆன நிலையை உண்டு பண்ணியது உமது ஆண்டவனின் செயல் அல்லவா? கோவில் கும்பாபிஷேகத்திற்கு 5000 ரூபாய்! பிராமண போஜனத்திற்கு 10000 ரூபாய்! இதற்கெல்லாம் பணத்தை வாரி இறைத்திடுறீரே, இடிந்து விழும் குடிசையிலே மடிந்துபோகும் பாட்டாளியைக் காப்பாற்ற உமது செல்வம் பயன்பட்டதா- பரலோகம் கிடைக்கும் என்ற கனவைத் தவிர?

மணி : ஏ தம்பி! நமக்கு ஏண்டா இந்த ஊர் வம்பு? நல்ல பிள்ளையின்னு பேர் எடுடா!

பழனி : அப்பா!

மணி : ஏண்டாப்பா.!

பழனி : நான் நல்ல பிள்ளைன்னு பேர் எடுக்க விரும்ப வில்லை. பகல் வேடக்காரனிடம் பட்டம் வாங்கவும் எனக்குப் பிடித்தமில்லை. என் அறிவுக்கும் ஆற்றலுக்கும் எது நல்லது என்று படுகிறதோ அதை நான் செய்தே முடிப்பேன். தயங்கவும் மாட்டேன். என்னைக் கண்டு இந்தச் சமுதாயம் பல்லைக் கடிக்கிறது. அது பல்லைக்காட்டும் நாள் அண்மையில் வருகிறது. அப்பா! என்னைக் கேளாமல் சாந்தாவை அழகப்பனுக்கு அளித்தீரே, அவள் எழுதி யிருக்கும் கடிதத்தைப் பாரும்.

மணி : என்னடா எழுதி இருக்காள்? கடுதாசி வந் திருக்கா ? படி, படி. கேட்போம்.

பழனி : (படித்தல்) அன்புள்ள அண்ணா! வணக்கம் நான் இவ்விடம் சுகமாகத்தான் இருக்கிறேன். என் வாழ்வில் வளமையைப் பெருக்கவேண்டிய வயதில் வளைவை ஏற்படுத்திவிட்டார் தந்தை. எனக்கு அமைந்த கணவர் நல்லவர் என்று நினைத்துச் சிறிது நாள் மகிழ்ந்திருந்தேன் கடைசியாக வெறுக்கப்பட்டேன். என் கணவர் குடிகாரர்-குடித்தனக்காரரல்ல! மதுவின் மடியில் கிடந்ததால் இப்போது அவருக்குப் பெருநோய் பிடித்துவிட்டது. பிழைக்க முடியாத ஆபத்து. விடுதலையில்லா விபத்து. எத்தனை தொல்லைகள் வந்தாலும் பொறுமையாக நட என்பது அப்பாவின் பொன் மொழியாக இருக்கலாம். ஆனால், நளாயினி காலமல்ல இது. உடனே பதில். இப்படிக்கு சாந்தா.

மணி : நீதான் படித்துவிட்டு வர்ணனை வேலை செய்கிறாய் என நினைத்தேன். சாந்தாவும் தேவலை போலிருக்கே ஆமாம். நீ என்னடா பதில் எழுதா?

பழனி : உங்கள் நெஞ்சம் என்ன இரும்பு நெஞ்சமா? கான் என்ன பதில் எழுதுவது? மணியப்ப முதலியார் மகன் ஒரு உணர்ச்சியற்ற மரக்கட்டையாக வாழ்கிறான் என்ற பதிலைத்தான் எழுத முடியும். பணம்...பணம்... பணம். அவளைக் கெடுத்தது.

மணி : இது எங்கே பிழைக்கப்போகுது. ஊம். என்னவோ நான் இரண்டு மூணு காசு சேர்த்து வைச்சிருக்கேன். இது என்னான்ன உரைதச்சுப் போட்டுக்கிட்டு அலையுது. கடவுளே!

தந்தி பியூன் : மணியப்ப முதலியார் இருக்காரா?

மணி : இந்தா மரம்போல இருக்கேனே! என்ன சமரச்சாரம்?

பி : டெலகிராம் வந்திருக்கு.

மணி : என்ன கிராம்?

பி : தந்தி.

மணி : தந்தியா! கொடுங்கோ. இது என்னவோ இங்கலீஷில் எழுதி இருக்கே.

பி : ஒரு கையெழுத்துப் போடுங்கோ. பேனா கொண்டு வாங்கோ.

மணி : வாங்க இருக்கு என்னையா இது. வீட்டில் உள்ளவங்கதான் இப்படியின்னா வர்றவங்கோ போறவங் கல்லாமே இப்படியா இருக்கணும்.

பி : கோபிக்காதீங்க. சரி. நான் வர்றேன்.

மணி : சரி. போய்வாங்க.

பி : சில்லறை

மணி : எத்தனை ரூபாய்க்கி?

பி : காப்பி குடிக்க.

மணி : அப்படியா! அதோ தெரியுது இல்ல கடை, அங்கே போய் காசு கொடுத்துட்டு சாப்பிட்டுப் போங்கோ.

பி : உங்களை கேக்கறேன்னா?

மணி : என்னை கேட்டிங்களா. நாளை வாங்க. சரி. வர்றவங்கோ போறவங்கோ எல்லாம் காசுன்னு பிடுங்குறாங்கோ. நான் என்ன காசு காக்கிற மரமா? இனி யாருவரட்டும் ஒரு சிங்கல் பைசா கொடுப்பேனோ. காசு கழுவற தண்ணி? இந்த மணியப்ப முதலியைப் பார்த்தா எல்லோருக்கும் இளக்கமா போச்சு. இருக்கட்டும். தம்பி! இது என்ன புரியலையே. டேய் பழனி! இங்கே வாடா. இதைப் படி

பழனி : அழகப்பனிடமிருந்து வந்திருக்கிறது.

மணி : *என்னடா வர்றோம்னு எழுதி இருக்காங்களா?*

பழனி : *(தலையை அசைத்தல்)*

மணி : *என்னடா உனக்குப் புரியலையா? ஏண்டா இதுக்கா நான் உன்னைப் பணம் செலவு பண்ணி புடிக்க வைச்சேன்.*

பழனி : *அழகப்பன் டேஞ்சர். ஸ்டார்ட் இமிடியட்.*

மணி : *என்னடா. தாட்டுப் பூட்டுங்கறே. ஒண்ணும் புரியலையே.தமிழில் சொல்ரா?*

பழனி : *அழகப்பனுக்கு அதிக ஆபத்து நேர்ந்து விட்டதாம். உடனே வரச்சொல்லி இருக்காங்கோ.*

மணி : *சரி. புறப்படுங்கோ. ஐயோ! இந்தக் கால பலமே சரியில்லை. என்ன என்ன வரப்போகுதோ கடவுளே!*

சீன். 10

இடம் : ரோடு.

நொண்டி வருதல். சிவகுரு, பழனி சந்திப்பு.

நொ : என்ன உலகமடா! கல்லுக்கும் மண்ணுக்கும் கோவில் கட்ட திருப்பணி. என்போன்ற ஏழைக்குத் திருப்பணி செய்ய யாருமில்லை. என்ன மடமை மிகுந்த நாடு.

(பாட்டு)

(நண்பர் குழாம் வருதல்)

சிவ : கணபதி, எங்கேடா போறே?

கண : ஆபீசுக்கு போறேன்.

சிவ : உனக்கு விஷயம் தெரியுமாடா?

கண : என்னப்பா அது?

சிவ : நம்ப அழகப்பன் சிக்கா இருக்கானாம். போய்ட்டு வரலாம்.

கண : நான் வரலே. ஆபீசுக்கு டெய்ம் ஆச்சி.

சிவ : டேய் ஜம்பு! நீயாவது வாரியா?

ஜம் : போப்பா. அன்னைக்கு ஒரு கிளாஸ் கேட்டதற்கு அரை கிளாஸ் கொடுத்தான். அவனைப் பார்க்கிறதா? நான் போரம்ப்பா.

(இவர்களை பழனியப்பன் பார்த்துக்கொண்டிருத்தல்)

சிவ : அடே, நன்றிகெட்ட பசங்களா! யாரப்பா நீ? என்னையே பார்த்துகிட்டே இருக்கே.

பழனி : *நான் அழகப்பன் வீட்டுக்கு விருந்தாளியாக வந்திருக்கேன். என் பெயர் பழனியப்பன்.*

சிவ : *ஓ ! நீ தான் பழனியப்பன் என்பவனா?*

பழனி : *ஆமாம்.*

சிவ : *ஆமாம். அழகப்பன் சொத்துட்டானா? இல்லை. பிழைச்சிட்டானா?*

பழனி : *பிழைக்கமாட்டான்.*

சிவ : *ஏன்?*

பழனி : *எல்லாம் மதுவின் திருவிளையாடல்.*

சிவ : *என்ன! மதுவுக்குக் கூட ஒரு திருவிளையாடல் உண்டா?*

பழனி : *ஆம். மது! மது! இந்த உலகை நிலை கலக்கியதே அது!*

சிவ : *மது! மது! ஆஹா! இந்த உலகை நிலை கலக்கியதே அது!*

சீன். 11

இடம் : அழகப்பன் வீடு

(எல்லாரும் இருத்தல்)

அழ : மாமா! இனி நான் பிழைக்கமாட்டேன்.

மணி : தம்பி! நீங்க ஒண்ணுக்கும் பயப்படவேண்டாம். நான்போய் சுப்ரமணியசாமிக்கு ஒரு தேங்காய் ஒடிச்சிகிட்டு வர்றேன்.

(குருடன் பாட்டு)

அழ : ஐயோ! குடிக்கும் கூத்திக்கும் செலவிட்ட பணத்தை உழைக்கமுடியாத ஏழைக்குக் கொடுத்திருந்தால் இம்மாதிரி வருமா, சாந்தா! உன்னை வேதனை வாழ்வில் விட்டுச் செல்கிறேன்.உன் வாழ்வை வாட்டிக்கொள்ளாதே! மறு மணம் செய்துகொள் கண்ணே!- சாந்தா! சாந்தா!

(இறத்தல்)

சீன். 12

இடம் : ரோடு

சிவ : *மது! இந்த உலகை நிலைகலக்கியதே அது!*

பழனி : *அழகப்பன் செத்தான்.*

சிவ : *மது! இந்த உலக நிலையைக் கலக்கியதே அது!*

பழனி : *நாக்குடன் நின்றுவிடாதே! நன்றாகச் சிந்தித்துப்பார் தோழனே! சாது எனப் பெயர் கொண்டோரும் அரசியல் மேடையிலே வாது புரிவோரும் மதுவின் முன்னே மண்டியிட்டு ஒழுக்கம் என்னும் ஒற்றையடிப் பாதையிலே வழுக்கிவிழுந்து நாசமடைகிறார்கள். எத்தனையோ குடும்பங்களைக் குலைத்து எத்தனையோ நாடுகளை நசுக்கி நாவில்லாப் பூச்சிபோல் செய்தது அந்த மதுவல்லவா? அந்த மதுவுக்கு இந்த நாட்டிலே எத்துணை ஆதிக்கங்கள்! ஆதிகாலத்திலே சோமபானம் என்ற வேடத்திலே வந்து புகுந்த மது, ஆதிக் குடிமக்களின் அறிவைப் பாழாக்கியது. அதை அருந்தினோர் எல்லாம் அதன் அடிமையாகி விடுகிறார்கள்.*

சிவ : *மது! இந்த உலகை நிலைகலக்கியதே அது! என் வாழ்நாளில் வலிமை மிக்க ஒரு பகுதியை, இளமையின் தொண்டை,நட்பின் நலத்தை வாலிப வேகத்தை நசுக்கி நையப்புடைத்து நாயினும் கடையனாக்கிற்று. மதுவினால் மதி கட்ட மடையனானேன். புதைக்கப்படும் போது புத்துணர்வு பெற்றேன் பழனியப்பா, என்னையும் உன்னோடு சேர்த்துக்கொள்ள மாட்டாயா? முடியுமா?*

பழனி : *முடியும்.*

சிவ : *அப்படியானால் இந்த நாட்டிலே மடமை மடியும். வா. போகலாம்.*

சீன். 13

இடம் : பொதுக் கூட்டம்

(பழனி-சிவகுரு -பெண்கள்- ஏகாம்பரம் பட்டாளத்திலிருந்து வரல்)

பழ : அன்புள்ள தோழர்களே! இந்தக் கூட்டத்திற்குச் சிவகுருவைத் தலைமை வகிக்கும்படி கேட்டுக் கொள்ளுகிறேன்.

சிவ : வணக்கம்! அன்புள்ள தோழர்களே! மாணவர்களே ! மாணவிகளே! இந்தக் கூட்டத்திற்குத் தலைமை வகிக்கும்படி கேட்டுக் கொண்ட தோழர் பழனியப்பனுக்கு என் வணக்கம். நான் ஏகாம்பரத்தைப்பற்றிச் சில வார்த்தைகள் பேசப் பிரியப் படுகின்றேன் சில ஆண்டுகளாக நம்மிடமிருந்து தொண்டாற்றி வந்த ஏகாம்பரம் அவர்கள் காதல் பாதையில் விளைவு ஏற்பட்டு, விளைவு வேதனையாக முடிந்த காரணத்தால் பட்டாளத்திறகுச் சென்ற செய்தி மிகவும் குறிப்பிடத்தக்கதோடு நாட்டுக்கும் சேவை செய்தவராகி விட்டார். அவரது பட்டாளத்துப் பயிற்சி வருங்காலப் போராட்டத்திற்கு ஒரு ஒத்திகை! அவருக்குத் தோழர் பழனியப்பன் வாழ்த்து வாசித்து அளிப்பார்கள். (கொடுத்தல்)

வாழ்த்து:

பழனி : வாழ்க தமிழ்! வருக ஏகாம்பரம்! உமது வரவு நல்வரவு ஆகட்டும்! குடிக்கவும், குஷாலாய்ப் பேசவும், சீட்டாடவும்; சிங்காரிகளுடன் உறங்கவும் தமிழர் பலர் உண்டு. ஆனால் தங்கள் வாழ்வு அங்ஙனம் வீழதல் கூடாது. வீழாது. தங்கள் வாழ்வை விழைகிறோம். வருக ஏகாம்பரம்! வருக!வருக!!

ஏகா : தலைவர் அவர்களே ! தோழர்களே! தாய்மார்களே! வணக்கம்! அன்று நமது தமிழ் நாட்டிலே வாழ்ந்த

வீரத்தாய்மார்கள் தங்களுடைய குழந்தைகளைப் போருக்கு அனுப்பிய செய்திகளை நாம் ஒவ்வொருவரும் கேள்விப் பட்டிருக்கிறோம். ஒரு தாய் தன் மகன் முதுகில் காயம் பட்டு அவன் இறப்பானேயாகில் தன்மகனுக்குப் பாலூட்டிய மார்பை அறுத்து விடுவேன் என்று சபதம் கூறிச் சமர்க்களம் சென்று அங்கு தனது மைந்தன் மார்பிலே குருதி வழியக்கண்டு பெரு மகிழ்ச்சி கொண்டாள் என்பது தமிழக வரலாறு. பெற்றோரும் உற்றோரும் காதலிரும் போர்க்களத்தில் மாண்டனர் என்ற செய்தியைக் கேட்டு முரசொலி கேட்கும் திக்கிலே எதிரிப் படைகளை எதிர்த்துச் செல்வாய் மகனே என்று அனுப்பியது அன்றைய தமிழகத்தின் வரலாறு. அத்தகைய தமிழகம் இன்று பயமிகு படுகுழியாகி விட்டது.

மேலும் அதில் நான் காதலை இழந்த காரணத்திற்காகப் பட்டாளத்திற்கு ஓடி விட்டேன் என்ற செய்தியைக் கேட்டு எனக்கு இவ்வளவு பெரிய வரவேற்பு அளித்தது ஆச்சரியமாய் இருக்கிறது. ஆகையால் இதை நான் அன்புடன் ஏற்றுக்கொள்கிறேன் வணக்கம்.!

சிவ : இத்துடன் கூட்டம் முடிவடைகிறது. எல்லோருக்கும் வணக்கம்.

சீன். 14

இடம் : மணியப்பன் வீடு

(சாந்தா அழல். பாட்டு)

பழனி : அன்புள்ள தங்கையே! காலத்தின் வேகத்தாலும், மூட உலகத்தின் சதியிலும் உன் வாழ்வு வெட்டப்பட்டு விட்டது. நீ இன்பம் துய்க்க வேண்டிய நாள் இன்னும் அதிகம் இருக்கிறது.

சாந் : அண்ணா! உலகம் என்னைத் தூற்றாதா?

பழனி : உலகம் உன்னைத் தூற்ற, அது உனக்கென்ன வார்சா? உலகம் ஒரு பொறாமைப் பூச்சாண்டி! அநீதியும் அக்கிரமும் சூழ்ந்த இந்த உலகத்திற்காக நீ அஞ்சுவதும் அடங்குவதும் மடமை! இந்த உலகம் தூற்றுமே என்ற கவலையைத் தவிர உன் உள்ளம் மற்றொரு மணம் புரிந்து கொள்வதை மறுக்க வில்லை என்பது எனக்கு தெரியும். சாந்தா ! நீ மாத்திரம் அல்ல; உன்னைப்போன்ற கோடிக்கணக்கான விதவைகளும் இந்த உலகத்திற்காகத்தான் அஞ்சிச் சாகிறார்கள். ஆற்றங்கரை மேட்டிலும், நாணற்காட்டிலும், குப்பைத் தொட்டிகளிலும் காணப்படும் சிசுக்களின் சவங்கள் விதைவைகள் பெற்றெடுத்தவையல்லவா? இந்த உலகம் எத்தனை பெண்களின் கழுத்தை முறித் திருக்கிறது என்பதாவது உனக்குத் தெரியுமா?

சாந் : அப்படியானால்...?

பழனி : உன் மனத்திற்கேற்ற மணவாளனைத் தேடு. மாலை சூடு. உன் வாழ்க்கையைத் தொடங்கு.

சாந் : அப்பா இணங்க மாட்டாரே.

பழனி : நான் எவ்வளவோ எடுத்துக் கூறினேன். அவர் நம்பும் புராணங்களில் உள்ளபடியே கூறினேன். அவர் வைதிகம்

என்ற கோட்டைக்குப் பிடிவாதம் என்ற அகழ் அமைத்து விட்டார்

சாந் *: அண்ணா! நம் குடும்பமோ ஏழ்மை நிலைக்கு வந்துகொண்டிருக்கிறது. அப்பாவோ பைத்தியம் பிடித்தவர் போல் பிதற்றிக் கொண்டிருக்கிறார். இந்நிலையில் அப்பாவை எதிர்ப்பது முறையாகத் தெரியவில்லையே!!*

பழனி *: அப்பாவை எதிர்க்கக் கூடாது என்ற முடிவுக்கு வந்ததினால் தானே இக்கதி நேர்ந்தது. அப்பொழுதே ஏகாம்பரத்தைத் தவிர வேறு ஒருவரையும் மணக்க மாட்டேன் என்று கூறியிருந்தால், இக்கதி நேராதே சாந்தா!*

சாந் *: அப்பா இணங்கினால்...?*

பழனி *: இணங்கமாட்டார்.*

(அப்போது அங்கு மணியப்பர் வருதல்.)

மணி *: எதற்கு இணங்கமாட்டார்? என்ன திட்டம் போடுகிறீர்கள்?*

பழனி *: சாந்தாவின் வாழ்வைப்பற்றித் தான்!*

மணி *: என்னடா முடிவாகியது?*

பழனி *: அப்பா! சாந்தாவின் கணவன்! இறந்தது உண்மை ஆயினும், அவள் காதல் உள்ளம் இறக்கவில்லை. சாந்தா வாழ்வை இழந்தது உண்மை. ஆனால், அவள் தளிர் உடலை இழக்கவில்லை. சாந்தா மீண்டும் வாழ்வு நடத்த வேண்டும். அப்பா! இதுவே தான் முடிவு.*

மணி *: டேய்! நீ புலியுடன் போராடுகிறாய்.*

பழனி *: அடடே! அது என்னை என்ன செய்யும்? கிழித்துத் துண்டுகளாக்கும். அவ்வளவுதானே!*

மணி : உனக்குத்தான் அச்சம, மானம் ஒன்னுமில்லை. அவளுக்கு யாருடா உன்னைப் புத்தி புகட்டச் சொன்னது.

பழனி : அப்பா! நான் சொல்வதைக் கேளுங்கள். சாந்தாவுக்குப் பிடித்த கணவனுக்கே மறு விவாகம் செய்து வையுங்கள்.

மணி : என்ன! மறுமணமா? இனி அதைப்பற்றிப் பேசினால் உதைதான் கிடைக்கும். சாந்தா! நீயுமா மறு விவாகம் செய்துக்கொள்ள நினைக்கிறாய்? உனக்கு மானமில்லை, வெட்கமில்லை, தூ. என் முன் நில்லாதே.

பழனி : என்ன கடுமையான சொற்கள். சாந்தா சாகும் வரையில் கைம்பெண்ணாக வாழவேண்டுமா என்று கேட்டதற்குக் கிடைத்த பதில் இதுதானா? உதை கிடைக்கும் அப்பா! என் உறுதியை நிலை நாட்டியே தீருவேன்! இது உறுதி. இல்லையேல் என் உயிருக்கே இறுதி. பார்க்கிறேன்.

(போதல்)

மணி : மடப்பயல்கள்! என்னிடமா நடக்கும்.

சீன். 15

இடம் : தடாகம்

சாந்தா தண்ணீர் எடுத்தல்

ஏகாம்பரம் வருதல்

ஏகா : *சாந்தா! உனக்குச் சரியான தண்டனை கிடைத்தது. உலகம் உன்னைப் பழிக்குப் பழி வாங்கிற்று. ஏகாம்பரனை ஏமாற்றினாய். நீ ஏமாந்தாய். என் காதலை மறந்து காசாசை பிடித்து அழகப்பனை மணந்தாய். அதன் விளைவு வேதனையாக முடிந்தது. முறிந்த காதல் விதவைக் கோலத்திலும் அவளுடைய விழிகளின் பாய்ச்சல் நிற்கவில்லை. மறுபடியும் நீ என்னைக் காதலிக்கிறாயா? அல்லது விபசார வாழ்வு நடத்த எண்ணமா? இல்லை! சாந்தா என்னை ஏமாற்றவில்லை. அவள் விழிகளால் காதலை வாரி வாரி இறைத்துச் சென்றுவிட்டாள்.காதலா, மன்னிப்பு உண்டா என்று கேட்பதுபோல் இருந்ததே அவள் உதடுகளின் அசைவு! சீர்திருத்த உலகில் தாவ நினைக்கிறாள் அத் தையல். உலகமே நீ கூறு! நான் சாந்தாவை மன்னிக்கலாமா என்று. நான் சாந்தாவை மன்னிக்க உலகம் சம்மதிக்குமா? சீ! என்னை ஏமாற்றிவளையா மன்னிப் பது? உதைத்த காலுக்கா முத்தம்? உமிழ்ந்த வாய்க்கச் சர்க்கரை? இல்லை! சாந்தா என்னை மறக்கவில்லை. அப்படி மறந்தால்தான் என்ன? என் இதயத்திலே எரியும் தீப்பொறியல்லவா அவள். எந்தச்சமுதாயம் அவளைப்பணத்திற்காக பலியிட்டதோ அதே சமுதாயம் அவளுடைய வாழ்வைத் துண்டித்தது. எந்தச் சமுதாயம் அவளுடைய வாழ்வைப் பிணைத்ததோ அதே சமுதாயம் அவளுடைய வாழ்வை முறித்தது. எந்த சாஸ்திரம் அவளுக்குத் திருமணம் நடத்தி வைத்ததோ அதே சாஸ்திரம் அவளை விதவையாக்கிற்று. எந்த வைதீகம் அவளது காதலை ஏற்க மறுத்ததோ அதே வைதீகம் அவளது தாலியை அறுத்தது. கணவனை இழந்த சாந்தாவின் உள்ளம் ஒடிந்திருக்கலாம். ஆனால், அவளது உள்ளத்தில் எழும் உணர்ச்சி மாத்திரம்*

ஒய்ந்துவிடவில்லை. மறுபடியும் என்னை மணக்க விரும்பு கிறாளா? ஆம்! சந்தேகமில்லை. உண்மையாகவே விரும்பு கிறாள் சாந்தா!

சீன். 16

இடம் : மணியப்பன் வீடு.

மணி : என்ன இந்தக் கருப்பனே வரச் சொன்னா, இன்னும் வரலே. (கருப்பன் வருகிறான்.)

கரு : கும்பிடுங்க!

மணி : டேய், யாரடா கும்பிடசொல்ற?

கரு : இல்லிங்க, கும்பிடுறேன்னு சொல்றேன்.

மணி : இதுதான் மரியாதையா? ஆள் வந்ததாடா உனக்கு?

கரு : ஆள் வந்தாங்க. குடிச்ச கஞ்சியை அப்படியே போட்டுட்டு வந்துட்டேன். என்னாங்க சமாச்சாரம்?

மணி : பழனியப்பனை உனக்குத் தெரியுமாடா?

கரு : பக்தி உள்ள கடவுளாங்க? எல்லாம் சொல்றாங்க. நான் போனதில்லிங்க!

மணி : அத சொல்லலேடா. என் மகன் பழனிடா.

கரு : ஓகோ அவரா ! பொதுக்கூட்டம் போட்டுக்கிட்டு கள்ளு குடிக்காதே சாராயம் குடிக்காதேன்னு, பள்ளன் வீட்டிலே சாப்பிடு, பறையன் வீட்டிலே கையலம்புன்னு சொல்ராறே அவரா?

மணி : அவன்தாண்டா.

கரு : அவருக்கு எங்க இந்த ஊர் வம்பு?

மணி : ஊர் வம்பு மாத்திரம் அல்லேடா. என் வீட்டு வரைககும் வந்துட்டாண்டா.

கரு : சே! சே! இம்மாதிரி வம்பு பண்ணினா நல்ல தும்பா போட்டு கட்டனுமங்க.

மணி : ஏண்டா! நம்ப சாந்தாவை உனக்குத் தெரியுமாடா?

கரு : எனக்குத் தெரியாதுங்களே.

மணி : அரியலூர்லே கட்டிக்கொடுத்து அறுத்துட்டு வந்தாளே, அவள் தாண்டா!

கரு : ஓ! நல்லா தெரியுமே! அவங்களுக்கு என்ன?

மணி : ஒன்னுமில்லேடா. அவளுக்கு மறு விவாகம் செய்து கொடுக்கணுமாம்!

கரு : என்ன, விதவைக் கல்யாணமா? என்னாங்க சீதை, பாஞ்சாலி, திரௌபதை, நளாயினி இவங்க பிறந்த நாட்டிலே விதவைக் கல்யாணமா? அது கடக்குதுங்க.

மணி : பழணியைக் கடுமையாக இரண்டு வார்த்தை திட்டிவிட்டேன். அதனாலே வீட்டைவிட்டு வெளியே போய்விட்டான். அவனை நீதான் வீட்டுக்கு அழைத்துவர வேண்டும்.

கரு : நான் கூப்பிட்டா வரப்போறாரு?

மணி : டேய், ஒருகால்... மூதேவி ! நீ போய் கூப்பிடவேண்டாம்டா. இந்தச் சங்கத்துப் பக்கம் தலை காட்டினா தலையே போய்விடும்னு பயம் காட்டு. அவன் திருந்திவிடுவான் என்ன யோசிக்கிறாய்.

கரு : யோசனை ஒண்ணுமில்லை. கள்ளுத்தண்ணிக்குக் கூட காசில்லை. மாமா வீட்டுக்குப் போய்ட்டு வரலாம்னு பார்த்தேன்.

மணி : *பணம் வேணும்னு கேளண்டா. (பணம் கொடுத்தல்) டேய் பணத்தைக் கண்டபடி பண்ணாமே கள்ளு சாராயம் வாங்குடா.*

கரு : *பணம் இருக்குட்டுங்க பணம். மனுஷாள் தான் வேணும்.*

மணி : *சரிதாண்டா. பணத்தை வாங்கின உடனே இப்படி பேசறியோ. டேய் முக்கியமா உங்கிட்ட ஒண்ணு சொல்லணும். அதாவது காரியத்தை ரகசியமாக முடிக்கணும்.*

கரு : *என்னாங்க மீன் குஞ்சுக்கு நீந்தக் கத்துக் கொடுக்கறீங்க. எல்லாம் நான் பாத்துக்கிர்றேன்.*

மணி : *போடா (போதல்) சாந்தா!*

கரு : ஏம்பா.

மணி : *கொஞ்சம் காப்பி கொண்டுவாம்மா.*

(கொண்டுவரல்)

மணி : *ஏம்மா சாந்தா! அண்ணன் தான் இப்படி ஊறிகிட்டு இருக்கான்னா, நீயுமா இப்படி கெட்டுவிட்டாய்?*

சாந் : *அப்படி ஒன்னும் கெடெல்லியே.*

மணி : *கெடவில்லையா! கெடாமல்தான் மறுவிவாகம் செய்துகொள்ளப் பிரியப்படுகிறாயா?*

சாந் : *புருஷன் செத்துப்போனா பொண்டாட்டியும் கூட விழுந்து சாவாங்க. என்னவோ பேசரியே, அப்பா! அம்மா இறந்தபோது தாங்கள்கூட விழுந்து சாகத் துணிந்தீர்களா? இரண்டாந்தாரம் கல்யாணத்திற்குக் கூட முயற்சி செய்தீர்கள்.*

மணி : *சீ, கழுதை யாரிடம் இந்த வார்த்தை பேசுகிறாய்?*

சாந் : *என் தந்தையிடம் பேசுகிறேன். என் உரிமைகளைக் கேட்கின்றேன். இதில் என்னப்பா குற்றம்?*

மணி : உன் தந்தையிடம் பேசும் வார்த்தையா இது? நாட்டில் மழை இல்லை என்றால், எப்படிப் பெய்யும்? விபசாரிகள் பெருத்து விட்டால் நாசகாலம்தானே !

சாந் : அப்பா! அண்ணாவின் கொள்கையோ விபசாரத்தை ஒழிப்பது. தங்களுடைய கொள்கை விபசாரத்தை வளர்ப்பது. தாங்கள் மாத்திரம் என்ன, தங்களுடைய மதமே விபசாரத்தை வளர்ப்பதுதானே!

மணி : சீ, கழுதை! சாந்தா! என் சொல்படி கேட்டுக் கொண்டு இருக்க இஷ்டமிருந்தால் இரு, இல்லாவிட்டால் எவனையாவது இழுத்துக்கொண்டு ஓடிவிடு. விபசாரி! விபசாரி! விபசாரி! (போதல்)

(தனிப்பேச்சு)

சாந் : பாவி! நானா விபச்சாரி! நானா விபச்சாரி! என் உள்ளக் கிடக்கைகளை ஒளிக்காமல் சொன்னேன். அது விபசாரம்! எத்தனையோ விதவைகளின் உள்ளத்திலே துடித்துக் கொண்டிருக்கும் எண்ணத்தை வாய்விட்டுச் சொன்னேன். அது விபசாரம்! எது விபசாரம்? கணவனை இழந்தவர்கள் கண்ணீரும் கம்பலையுமாக நிற்பது விபசாரமா? நீ மனைவியை இழந்தாயே, உனக்கு என் நெற்றியில் பொட்டு? நீ மனைவியை இழந்தாயே, உனக்கு ஏன் நீ மனைவியை வித விதமான வாசனைத் திரவியங்கள்? நீ இழந்தாயே, உனக்கு ஏன் உல்லாச வாழ்க்கை? உணர்ச்சி உனக்கு மட்டும்தானா இருக்கிறது? உனக்கு மட்டும்தானா உரிமை? பெண்களைக் கண்டதும் பல்லை இளிக்கிறாயே அது விபசார வாழ்வு அல்லவா? நான் செய்தது விபசாரமா? நீ செய்தது விபசாரமா? எது விபசாரம்? மன நிலையை அறிந்துக்கொள்ள முடியாத மடமையே! அழிந்து படு! நான் தேடின கணவனை என்னிடமிருந்து பிரித்தாயே, அதுவே விபசாரமல்லவா? என் வாழ்வை வெட்டிப் பிரித்த வேற்றுமைப் பிசாசே! அழிந்து போ? ஒழிந்து படு! எது விபசாரம்? எது விபசாரம்?

சீன். 17

இடம் : ரோடு

(அய்யர் கருப்பன் சந்திப்பு)

கரு : என்ன சாமி, இப்பதான் போரீங்களா?

அய் : ஐயையோ! சத்தம் போடாதே. மானத்தை வாங்கிடுவே போலிருக்கே. ஆமாம், சாராயக் கடையிலே யாரு இருக்கா?

கரு : ஒருத்தரும் இல்லை. சீக்கிரமா போங்க. ஏன் சாமி, நானும் வரட்டுமா?

(அய்யர் போதல்)

அய் : இன்னைக்கு வரும்படி ரொம்ப குறைச்சல்.

கரு : என்ன சாமி, எப்பப் பாத்தாலும் சீட்டெல்லாம் ஆடுறீங்க. இல்லெண்ணு சொல்றீங்கோ.

அய் : அதெல்லாம் சொல்றத்துக்கு இது தானா இடம்? ஆமாம். இப்போ எங்கே போறே?

கரு : உங்க விரோதி ஒருத்தன் இருக்கான் பாருங்கோ. அவனுக்குப் புத்தி கொடுக்கப் போரேன்.

அய் : ஒருத்தன் என்ன. உலகமேதான் எனக்கு விரோதி. அது யாரு என் விரோதி?

கரு : அடே, அவன்தான் சாமி! மணியப்ப முதலியார் மகன் பழனியப்பன் இல்லெ. அவனை அடிக்கும்படி அவனுடைய அப்பா பணம் கொடுத்திருக்காரு.

அய் : மணியப்ப முதலியார் அப்படி சொன்னாரா? பேஷ். இதையும் வச்சுக்கோ. (பணம் கொடுத்தல்). நீ அவனை

உதைக்கற உதையிலே அவன் இருக்கானா செத்தானான்னு இருக்கணும்.

கரு : அதையெல்லாம் நான் பாத்துக்கிறேன். நீங்க போங்க சாமி.

அய் : அதாவது நான் பணம் கொடுத்து அவனை அப்படிச் செய்யச் சொன்னேன் என்று யாரிடமும் சொல்லாதே.

கரு : என்னாங்க. நீங்க கள்ளுக் குடிக்கிறதையே ஒருத்தர் கிட்டேயும் சொல்லலே.

அய் : ஐயையோ இதையெல்லாம் தெருவிலே இருந்துகிட்டா சொல்றது. நீ.... போடா! *(ஐயர் போதல்)*

கரு : டேய் பழனி! இந்த கருப்பங்கிட்டேவா நடக்கும்?

(பாட்டு - சீன் முடிவு)

சீன். 18

இடம் : பகுத்தறிவு மன்றம்

(பழனி, சிவகுரு.)

(பழனி வாட்டமாயிருத்தல்.)

(பாட்டு)

சிவ : தோழா நேற்று நீ கூறியபடி கம்பராமாயணத்தையும் பெரிய புராணத்தையும் ஆதியோடு அந்தமாப் புரட்டிப் பார்த்தேன்.

பழனி : அதிலென்ன முடிவு கண்டாய் தோழா?

சிவ : முடிவு ஏது தோழா. அதில் ஒரு கவிதை தோன்றியது சொல்லட்டுமா?

பழனி : சொல்லேன். கேட்கலாம்.

சிவ : நக்கிக் குடிக்கின்றார் நம் புலவர் கலை ரசத்தை! சொக்கித் துதிபாடும் சோதாவே! புரட்டிப் பார். ஆபாசத்தை அழுகுத் தட்டில் ஊற்றி பாயாசம் என்றுரைத்தால் பருகுவரோ பண்டிதர். கம்பரும், கிழாரும் நம்மருந் தமிழ் நாட்டில் வெம்பிய கலை வகுத்தார்கள். கருத்துக்குக் கலையா? கட்டுப்பாட்டுக்குக் கலையா? வெறுத்து ஒதுக்கும் காலமே! நீ! வேகமாய் வா! எப்படிக் கவிதை?

பழனி : ஆஹா! கவிதை என்ன அழகாய் இருக்கிறது? அதுவும் பாரதிதாசன் பிறந்தநாடல்லவா!

சிவ : ஆம் தோழா! 'கம்பன் வீட்டுக் கட்டுத் தறியும் கவி பாடும்' என்பார்கள் முன்னோர்கள். ஆனால் 'பாரதிதாசன்

வீட்டுப் பானை சட்டியும்' பண்ணமைக்கும் என்பது இன்றைய தமிழகத்தின் திருமொழி தோழா!

பழனி :- சிவகுரு,நீ வீட்டுக்குப் போகவில்லை?

சிவ : நண்பா!...இன்னுமா வாட்டமாயிருக்கிறாய்?

பழனி : பிரியப் போகும் திராவிடத்தை நான் காண முடியாதே என்ற வாட்டந்தான்!

சிவ : நீயே இப்படிப் பேசுவதா?

பழனி : நானே ஒரு தங்கையை வீட்டிலே வெம்ப வைத்துவிட்டு வைதிகம் சீற, அவளது விழிகளில் நீர் சோர, விதவை என்று வீணர் கூற அதை நான் பார்த்துக் கொண்டு, சும்மா இருப்பதா? நீயே இப்படிப் பேசுவதா?

சிவ : உன் தந்தைக்குப் பிறகு உன் தங்கைக்குத் திருமணம் செய்து கொண்டால்...?

பழனி : இப்போதே என் தந்தையைக் கொலை செய்து விட்டு நானும் தற்கொலை செய்து கொள்கிறேன். பிறகாவது சாந்தாவை ஏகாம்பரத்திடம் ஒப்படைக்கிறாயா?

சிவ : தோழா! நீ ஆத்திரத்தில் பேசுகிறாய். நாயின் வாலை நிமிர்க்க முடியுமா?

பழனி : நிமிரா விட்டால் வெட்டி எறிவது, தோழா!

சிவ : நிம்மதியாகப் படுத்துறங்கு. நாளை காலை பேசிக் கொள்ளலாம். நான் வருகிறேன்.

(சிவகுரு போதல்)

(பழனி ஒரு கோப்பையில் நஞ்சைக் கலக்கிறான்.)

(கடிதம் எழுதுதல்)

பாழும் சமூகத்தின் பழிகாரத் தந்தையே! சாந்தாவின் வாழ்வைப் பல வழியிலும் கெடுத்தீர். அவளை விதவை யாக்கினீர். அவளை நாசமாக்கினீர். ஏகாம்பரம் என் தங்கையை ஏற்றுக்கொள்க. நான் விட்டுப் போன வேலையைச் செய்து முடி. சாந்தா ! நீ ஏகாம்பரத்திடம் மன்னிப்புக் கேள். திராவிட உலகமே! தன்மானம் பெறு சாந்தாவின் எண்ணத்தைப் பண்படுத்தாத நான் இருந்தென்ன? இறந்தென்ன? நான் சாகிறேன்.

இப்படிக்கு,

பழனியப்பன்.

பழனி *: (விஷத்தை வைத்துக் கொண்டு.) அப்பா! என்னைக் கெடுத்தீர். சாந்தாவின் வாழ்வையும் சிதைத்தீர். இதோ சாகிறேன். உம் மனம் குளிரட்டும். செத்துப் போன சமூகம் சிரித்து மகிழட்டும். சாந்தா! உன் பொருட்டு என் உயிரைக் கத்தரித்துக் கொள்கிறேன். (இதைப் பேசிக் கொண்டே அங்குள்ள அறிஞர் அண்ணாவின் படத்தைப் பார்க்கிறான். மனம் குழம்புகிறது) அண்ணா! திராவிடத் தளபதி! தற்கொலை செய்து கொள்வது கோழையின் செயல் என்கிறீர்களா? வீரனுக்கு அழகா என்கிறீர்களா? செயலாற்ற முடியாத கோழையே என்கிறீர்களா? ஆம். அன்று முதல் நான் ஒரு சீர்திருத்தக்காரன், இன்று முதல் சாந்தா ஒரு சீர்திருத்தக் காரி. மற்றும் ஏகாம்பரன் ஒரு சீர்திருத்தக்காரன்.*

இந்த மூன்று சீர்திருத்தக்காரர்களும் மதத் திமிர் பிடித்த மடையர்களுக்கு அடங்கித்தான் கடக்க வேண்டுமா? பணமும் பதவியும் என்ன செய்ய முடியும்? உணர்வை ஒழிக்க முடியுமா? அல்லது தங்களுடைய கொள்கையைக் கொளுத்த முடியுமா? முடியாது. ஏ பணமே! மதமே! பார்க்கிறோம் உங்களை ஒருகை.

(நச்சுக் கோப்பையைக் கீழே வீசி உடைக்கிறான்)

(கருப்பன் வருகை)

கரு : டேய், யாருடா சத்தம் போடறது?

பழனி : யாரப்பா நீ?

கரு : நீ யாருன்னு கேட்டா, என்னையே திருப்பிக் கேக்கறே. டேய், சங்கத்திலே உனக்கு என்னடா வேலை? சங்கம், கிங்கம்னு பேசுனியே உன்னைப் பங்கப் படுத்திடுவேன். இந்தச் சிங்கத்தைத் தெரியுமாடா?

பழனி : ஏய்,மரியாதையாக வெளியே போகமாட்டாய்.

கரு : டேய் தம்பி, உன்னை வெரட்ட வந்திருக்கேன்டா நான். என்னவோ சொல்வாங்களே ஒண்டவந்த பிடாரி ஊர்ப் பிடாரியை ஓட்டுவேன் என்றதாம்.

பழனி : போடா குடிகாரப்பயலே.

கரு : டேய். என்னையா குடிகாரங்கிரே! நீயா? நானாடா?

பழனி : சீ, கழுதை! வெளியே போடா.(இருவரும் கை கலந்து சண்டையிடுதல். பழனியைக் கருப்பன் கத்தியால் குத்தி விடுகிறான்.)

உள்ளதைச் சொன்னால் உறுமலா? ஆராய்ச்சி என்றால் ஆத்திரமா? கடமையை உணறு என்றால் கத்திக்குத்தா? நிலையை நினைத்திடு என்றால் கொலையா? ஆ! அப்பா!

(விடிந்து போலீஸ் வருதல்.)

(இறத்தல்)

தெலுங்கு போலீஸ்: இவள ஏமோ கொலை ஸின்னு உண்டதே ஏது ஏமி?

(கத்தியை எடுத்தல்)

அடே பழனியப்பன் கொடுக்கு மணியப்ப முதலியார்.

மணியப்ப முதலி கொடுக்கு பழனியப்பன் காது.

எவரோ சேசின பணி.

(ஊதலை எடுத்து ஊதல்)

மலையாள போலீஸ் : *ஏந்தா! எதுக்கு விலிச்சி.*

தெ. போ : கேசவ நாயர். சூடு.

ம. போ : எந்தா சொலா.

தெ.போ : எந்தா. கேசவ நாயர். இந்த ஆள்வார் நாயிடு ஒக்கவாரமா வீட்டிலே லேது. ஏமி கலாட்டா, ஏமி பணி, ஏமி ஜகடம், ஏமி கேசவ நாயர். போயி ஜெமாகாயில் கண்ரா.

ம. போ : ஊரும நீ போம் விலுச்சுகினுவா. பயமா இருக்கு.

தெ.போ : *அப்போ நீ இக்கடே உந்து, நான் போயிட்டு பாத்துன்னு.*

ம. போ : எனக்கு பயமாயிதே. நீ போட்தாலு.

தெ.போ : மனசு லேயும் ஆக வயித்திலேயும் ஆச்சு சீக்கிரம் ராண்டி. *(திருடல்)*

(சப் - இன்ஸ்பெக்டர் வரல்)

சப். இன்ஸ் : *ஏய் 208! என்னடா இது?*

தெ.போ : கொலை சார்.

சப்.இன்ஸ் : *எப்படியடா ஆச்சு?*

தெ.போ : தெல்லேதே சார்

சப். இன்ஸ் : எதுக்கடா இருக்கே நீ ?

தெ.போ : ஏயிட்டிலேது.

சப் இன்ஸ் : *ரிகார்டு பார்த்தல்.*

தெ.போ : *சார்.*

சப்.இன்ஸ் : *(கடிதம் வாசித்தல்,)*

சரிதான். பழனிபயப்பன் தற்கொலை செய்திருக்கணும். ஏய் 104 போய் மணியப்ப முதலியாரை அழைத்து வா.

சப்.இன்ஸ் : *எங்கடா?*

ம. போ : *நான்.*

சப்.இன்ஸ் : *என்னடா சொல்றோ*

ம. போ : **..........**

சப் இன்ஸ் : *இவன் என்னடா. இவனைக் கேட்டால் மலையாளம், அவனைக் கேட்டால் தெலுங்கு, உங்களைக் கட்டிகிட்டு மாரடிக்க வேண்டியிருக்கே.*

தெ. போ : *அவுனு.*

சப்.இன்ஸ் : *சுத்தப் பைத்தியமா இருக்கே.*

ம. போ : *அதே அதே. மணியப்ப முதலியாருக்கும் அதே! அதே!*

சப்.இன்ஸ் : *ஏ.சி.208! நீ இனிமே வேலைக்கு லாயிக் கில்லே.*

தெ.போ : *எந்துக்கு சார்.*

சப் இன்ஸ் : *உனக்கு வயிறு ரொம்ப பெருத்து விட்டது.*

தெ.போ : *அவுனு.*

சப் இன்ஸ் : *அதனாலே தேவையில்லை.*

தெ.போ : *ஏமி சார் போனஸ்?*

சப் இன்ஸ் : *பெல்ட் எங்கே?*

தெ.போ : *வயிற்றுக்குப்பத்தலே.*

சப் இன்ஸ் : *டைரி கொடு.*

(சிவகுரு வருதல்.)

(சிவகுரு கடிதத்தைப் பார்த்து)

சிவ *: என்ன, தற்கொலையா? பழனியப்பா, தற்கொலையா செய்துக்கொண்டாய்? சமுதாயம் உன்னைத் தற்கொலைக்கா ஆளாக்கிற்று? நேற்று வெகுநேரம் வரையில் என்னிடம் அளவளாவிக்கொண்டு இருந்தாயே, நிம்மதியாகப் படுத்துத் தூங்கு என்று சொல்லிவிட்டுப் போனேனே, அதன்பயனா இது? சமுதாய ஊழலை சாகடிக்கப் பிறந்த அமுதே! மூடமதியை முறியடிக்க வந்த முழு மதியே! அழிந்துபட்டாயா? ஒழிந்து விட்டதா உன் வாழ்வு? வைதீக வெறிபிடித்த நகரைப் பகுத்தறிவுக் கோட்டமாக்கினாய். பாழ்பட்ட தமிழர் வாழ்வை சீர்படுத்த வந்த தொண்டனே! சிறிது நாள் பட்டே தொலையும் சமூகம் உன்னைத் தொலைத்ததா ? நீ பட்ட பாட்டை நினைக்கும் போது*

நெஞ்சம் வேகிறதே. இந்தத் தீ! தீ! தீ! இந்தச் சமுதாயக் கோட்டையை கம்பிக் கொள்ளாதா? உபயோகமற்ற சமூகமே! உலுத்துப்போன பிசாசே! கொன்று விட்டாயா பழனியப்பனை? அவன் என்ன தவறு செய்தான்? ஏன் இந்தப் பழிகார வேலை? பள்ளந்தனில் விழும் பழமைச் சமூகமே! சாகப்போகும் சாதிக் கட்டுப்பாடே? பொட்டுப் பூச்சியே? புன்மைத் தேரையே! அழு, இளி,அஞ்சு! குனி- பிதற்று. மனிதரில் நீங்களும் மனிதர். மண்ணன்று! இமை திறந்து பாருங்கள். பழனிப்பன் இறந்தது நியாயமா என்று சொல்லுங்கள். சாந்தா, ஏகாம்பரத்தைக் காதலித்தாள். அவளைச் சமுதாயத்தின் சகுனத்தடை என்று தூற்றினீர்கள். ஏன்? கம்மனாட்டி என்றீர்கள்- வரப் போகும் புயல் உங்களையும் தாக்கு மென்ற எண்ணமில்லாமல்! இது ஒரு

உலகம்! இது ஒரு வாழ்வு! இதற்கொரு சமுதாயம்! இத்தனையும் கட்டியாள ஒரு கடவுள் ! தூ! வெட்கமில்லை! மக்கள் வாழ்வு நடத்துபவர்களுக்கு மாக்கள் என்று பெயர்! படாடோப வாழ்க்கைக்கு மடாதி பதி பட்டம். பாட்டாளியை வாட்டி வதைப்பவனுக்கு வள்ளல் என்ற விருது! பொய்யையே பிழைப்பாகக் கொண்டவன் மெய்யன்பன்! இத்தகைய உலகிற்கு ஒரு சத்தியம் கேடு. உன் சாவு கேட்டு இந்தச் சமுதாயம் சிரிக்கிறது. சிங்கத்தை நரியடிக்கும் திறன் இல்லா விட்டாலும் பொங்குற்றே சிங்கம். இறந்தது என்றால் நரிமனம் பூரிக்காதா? ஐயோ! நண்பனே! இனி உனது தமிழ்ப் பேச்சை, வீர மூச்சை,சொல் வீச்சை எங்கு காண்பேன்? யாரிடம் கேட் பேன்? சிங்கமெனச் சீறும் செழுந்தமிழா ! நெடுந்தோழா! உன்னை இந்தச் சமூகம் சாய்த்ததா? நின்று தடை புரிந்த சமூகமே! நீ நிச்சயம் தோல்வி கொள்வாய்.

(சாந்தா வரல்)

சாந் : ஆ! அண்ணா! எனக்காக இறந்தீரா? எனக்காக மடிந்தீரா? இருந்திங்கே அநீதியிடை வாழவேண்டாம். இறப்புலகில் இன்பங்கொள்வோம். இதோ! நானும்வருகிறேன் (கத்தியை எடுத்து ஓங்கல்)

ஏகா : (ஓடிவந்து) வேண்டாம்! வேண்டாம்!!

சிவ : வேண்டாம். இந்தக் கத்தி உன் உயிரைப் போக்க வேண்டாம். சமுதாயத்தின் அறியாமையைப் பொசுக்க இந்தக் கத்தி பயன்படட்டும். பழனியின் ரத்தத்தில் உங்கள் வாழ்க்கையைத் துவக்கி வைக்கிறேன். வாழ்க தமிழ்! வாழ்க திராவிடம்!

முற்றும்.

★★★

9 788199 777439

Printed at Repro India Ltd.